# बेटर स्मॉल टॉक

# बेटर स्मॉल टॉक

संभाषणातील अवघडलेपण टाळून... सखोल
संवाद निर्माण करून... खरे मित्र मिळवण्यासाठी...
प्रत्येकाबरोबर बोलण्याची कला...

**पॅट्रिक किंग**

अनुवाद : डॉ. धनंजय केसकर

MANJUL

मंजुल पब्लिशिंग हाउस

*First published in India by*

MANJUL

Manjul Publishing House
*Corporate and Editorial Office*
•2nd Floor, Usha Preet Complex, 42 Malviya Nagar,
Bhopal 462 003 – India

*Sales and Marketing Office*
•C-16, Sector 3, Noida, Uttar Pradesh 201301 – India
Website: www.manjulindia.com

*Distribution Centres*
Ahmedabad, Bengaluru, Chennai, Kochi,
Kolkata, Hyderabad, Mumbai, New Delhi, Pune

Marathi translation of *Better Small Talk* by Patrik King



Marathi edition first published in 2025

**ISBN 978-93-5543-491-3**

Translated by: Dr. Dhananjay Keskar

Printed and bound in India by Repro India Limited

# अनुक्रमणिका

## प्रकरण पहिले

# छोटेखानी संभाषण?

मनुष्य समाजप्रिय प्राणी आहे. नैराश्य दूर ठेवणे, स्वास्थ्य राखणे व आनंद यांसाठी संपर्क हा शब्दशः अत्यंत महत्त्वाचा आहे. वेगवेगळ्या संशोधनांतून असे सिद्ध झाले आहे की, एकटेपणाने राहणे हे निकृष्ट अन्न खाणे व व्यायाम कमी करणे यासमान आहे आणि याचा शेवट एकाच गोष्टीत होतो, तो म्हणजे मृत्यू.

हे थोडेसे अतिरंजित वाटेल; पण जिवंत राहण्यासाठी व प्रगतीसाठी सहजीवन हाच मार्ग आहे या पद्धतीने आपला मेंदूची निर्मिती झाली आहे.

तरीही या पुस्तकाच्या शीर्षकाच्या दृष्टीने आणखी एक महत्त्वाची कडी आहे. ती म्हणजे परस्पर संवाद हा, आपल्या आसपासच्या लोकांवर, त्यांच्या संख्येवर अवलंबून नसतो तर त्याची *गुणवत्ता* कशी आहे हेही महत्त्वाचे असते. यावरून असे ध्वनित होते की, आपला मेंदूसुद्धा स्मॉल टॉकचा म्हणजेच छोटेखानी संभाषणाचा तिरस्कार करतो.

मथाईस मेहेल यांनी २०१० साली एका सर्वेक्षणात सहभागी झालेल्या लोकांच्या तीन दिवसांच्या दैनंदिन जीवनातील संभाषण ध्वनिमुद्रित केले. सहभागी झालेली प्रत्येक व्यक्ती किती वेळ इतरांबरोबर होती

व त्यांच्यामधील संभाषण सहजगत्या घडणारे अनौपचारिक होते की ते काही विशिष्ट विषयांवर बोलत होते याचे संशोधकांनी विश्लेषण केले. सहभागी झालेल्यांचे परस्पर संवाद व त्यांचा त्यांच्या जीवनात होणारा परिणाम यांची नोंद घेणे हा याचा उद्देश होता.

त्याच वेळी सहभागी झालेले लोक एकंदरीत किती आनंदी होते व त्यांचे मानसिक तसेच शारीरिक स्वास्थ्य कसे होते याचेही संशोधकांनी मोजमाप केले. विशिष्ट व सखोल चर्चा यांचा अधिक चांगले स्वास्थ्य व आनंद यांच्याशी जवळचा संबंध आहे असे त्यांना आढळले. याची कदाचित तुम्हाला आधी कल्पना असेल किंवा तुम्हाला असे वाटले असेल; पण सहज परिणाम होईल असे असणे व इतरांशी मोकळेपणे वागणे हे अनेक बाबतीत अत्यंत समाधानकारक आहे.

छोटेखानी संभाषण (स्मॉल टॉक) हे विशिष्ट व सखोल संभाषण यांच्या विरुद्ध आहे. लोकांचा आनंद व स्वास्थ्य यांच्याबरोबर छोटेखानी संभाषणाचा सहसंबंध नकारात्मक आहे असे आढळले म्हणजे त्यामुळे लोक कमी आनंदी झाले म्हणून छोटेखानी संभाषण टाळावे किंवा शक्यतो लवकर त्याला विराम द्यावा याचा तुमच्यासमोर अगदी सबळ पुरावा आहे.

१९९७मध्ये आर्थर ॲरन या संशोधकाने एकमेकांना परिचित नसलेल्या व्यक्तींच्या जोड्या जमविल्या व त्यांना काही खाजगी प्रश्नांची यादी दिली. ते प्रश्न विचलित करणारे अनाहूत नव्हते; पण छोटेखानी संभाषणापेक्षा थोडे जास्त होते. (तुम्हाला प्रसिद्ध व्यक्ती होणे आवडेल का आणि कसे? आपला मृत्यू कसा होईल याची काही गुप्त कल्पना तुम्हाला आहे का? तुमची सगळ्यात भयानक आठवण कोणती? तुमचे तुमच्या आईबरोबरचे नाते कसे आहे?)

अशा वैयक्तिक माहितीसंबंधीच्या प्रश्नांना सहभागी लोकांनी सलगीने व मोकळेपणाने उत्तरे दिली असे ॲरन यांना आढळून आले. ते प्रश्न जरी वैयक्तिक असले तरी सहभागी झालेल्यांना ते त्यांच्या खाजगी आयुष्यात डोकावणारे आहेत असे वाटले नाही. याउलट, सहभागी झालेल्या लोकांना प्रामाणिकपणे, पूर्णपणे भावना विवश न होता मनापासून उत्तरे देण्यास प्रोत्साहन मिळाले. या प्रयोगापूर्वी जे एकमेकांना अजिबात परिचित नव्हते, त्यांच्याबरोबर जवळीक आहे असे त्यांना वाटले. या प्रयोगाच्या पुनरावृत्तीमध्ये '३६ प्रश्न विचारून प्रेमात कसे पडावे' असे नाव देण्यात आले. कारण, सहभागी झालेल्यांमध्ये पूर्वी काहीही संबंध नसतानाही त्यांच्यावर प्रभावी परिणाम झाला.

या दोन संशोधनांद्वारे काय उघड होते हे तुम्हाला खात्रीने माहीत आहे. आपल्या सखोल व तीक्ष्ण संभाषणांमधून सकारात्मक परिणाम आपल्याला वाटतात, त्यापेक्षा खूप जलद गतीने प्राप्त होतात. आता एक प्रश्न उरतो तो म्हणजे आपण हे कसे साध्य करू शकतो? छोटेखानी संभाषणाच्या पलीकडे जाऊन लोकांमध्ये जास्त परिणामकारक संबंध कसे स्थापन करावेत याचा अथपासून इतिपर्यंत आराखडा या पुस्तकात मी देत आहे. सहसंपर्क सुरू होण्यापूर्वी तुम्ही तयारी कशी करावी व छोटेखानी संभाषणाच्या विविध टप्प्यांमधून पुढे जात काही अर्थपूर्ण गोष्टींकडे कसे यावे यापासून मी सुरुवात करणार आहे.

हे पुस्तक वाचण्याच्या निमित्ताने तुम्ही उत्साहित होऊन आपल्याला काय साध्य करता येईल हे पाहण्यासाठी एखाद्या संभाषणात स्वतःला झोकून द्याल. सरतेशेवटी हे पुस्तक वाचण्याचे तुमच्याकडे एक कारण आहे आणि त्या प्रेरणेने तुम्ही अतिशय उत्सुक व्हाल; पण अशी घाई करणे हे या क्षणी चुकीचे ठरेल. आपली ढाल, तलवार व शस्त्र यांशिवाय युद्धभूमीवर जाण्यासारखे हे ठरेल.

## छोटेखानी संभाषणाची मानसिकता

कोणताही संदर्भ नसताना विचार न करता विनोदी बडबड करणे यापेक्षा संभाषण म्हणजे काही अधिक आहे. सातत्याने ते करीत राहण्याची क्षमता फारच थोड्या लोकांकडे असते. संभाषण जास्त टिकाऊ, सोपे व व्यावहारिक होण्यासाठी पूर्वतयारी करणे आवश्यक आहे.

स्पष्ट सांगायचे म्हणजे नोकरीच्या मुलाखतीसाठी जशी विशिष्ट अशा संभाषणाची तयारी तुम्ही करता तशी ही पूर्वतयारी नाही, तर सर्वसाधारण सामाजिक देवाणघेवाण करीत असताना आपण उठून दिसावे यासाठी तयारी करता. या दोन गोष्टींमध्ये वेगळेपणा आहे. संभाषणाची तयारी करताना विनोदी स्वभावाचे असणे हे जास्त सहज शक्य आहे.

विनोदी बडबड व छोटेखानी संभाषण यासाठीची पहिली पायरी म्हणजे मानसिकदृष्ट्या तयार होणे म्हणजे मग एखाद्या नवीन व्यक्तीबरोबर असताना तुम्ही लाजिरवाण्या परिस्थितीत सापडणार नाही. याचा नक्की अर्थ काय? अशी कल्पना करा की, तुम्ही नुकतेच झोपेतून उठला आहात व तुमचा आवाज खूप गंभीर व समजण्यासारखा नाही, तुमच्या विचारांची मांडणी योग्य अशी नाही, ते विविध दिशांना फिरत आहेत व तुमच्या तोंडातून काहीही शब्द फुटले तरी 'तुम्ही काय म्हणालात?' असेच ऐकणारा विचारण्याची शक्यता आहे.

जेव्हा तुम्ही अर्धवट जागे असता, तेव्हा काही उत्तर किंवा प्रतिक्रिया देण्यासाठी तुम्ही सावध नसता. लक्ष व्यवस्थित केंद्रित नसते व आसपास काय घडत आहे याची जाणीवही नसते. ही आपली सद्यःस्थिती आहे - अशाच अवस्थेत आपण जगात हिंडत असतो, त्यामुळे सामाजिक भान हळूहळू जागृत केल्यानंतर तुम्ही मानसिकदृष्ट्या कार्यप्रवण होण्यास तयार होता.

जर तुम्ही बारमध्ये किंवा भेटीगाठींच्या कार्यक्रमात असाल तर आपली योग्य छाप पाडण्याची एकच संधी तुम्हाला मिळते. असे अनेकदा होते की, त्यात तुम्ही पूर्णपणे अपयशी ठरता, असे झाले तर काय होईल याचा अंदाज करा. ती तुम्हाला यश मिळविण्याची एक संधी होती, तर तिचे तुम्ही सोने कराल का? अपरिचित लोकांशी बोलू नका असे लहानपणी आपल्याला वारंवार बजावून सांगितले जाते, हे आठवा. लहानपणी ही चांगल्या उद्देशाची सूचना आपल्याला खूप उपयुक्त ठरली असेल. कारण, त्या वेळी आपण धूर्त गुन्हेगारांचे सावज होण्याची खूप शक्यता होती. खरोखरच *अपरिचितांपासून धोका* होताच व तो टाळायचा होता.

सार्वजनिक ठिकाणी आपण कानाला हेडफोन लावतो व आपल्या फोनकडे पाहत राहतो, त्यामुळे अपरिचित लोकांबरोबर सहसंवाद अगदी कमी होतो. ही सवय आपल्याला अद्यापपर्यंत उपयुक्त आहे का? संभाषणात प्रभुत्व मिळविणे व लोकांवर चांगली छाप पडणे हा जर आपला उद्देश असेल तर ही सवय आपल्याला उपयुक्त असण्याची शक्यता नाही. आपल्याच कृतीमुळे आपण सामाजिक बंधन ओढवून घेतो व त्यामुळे आपण थंड प्रवृत्तीचे होतो; पण अशा प्रसंगी आपण उत्साही असणे आवश्यक असते. लोकांबरोबर संबंध स्थापन करण्यासाठी आपली तयारी किमानपक्षी यामुळे अत्यंत कमकुवत होते जणू काही मध्यरात्री आपल्याला कोणीतरी अचानक गाठले आहे.

२०१४ साली एका निरीक्षणामध्ये एप्लि व श्रोडर यांनी रेल्वे व बसमधील लोकांची विभागणी तीन समूहांत केली – पहिल्या समूहातील लोकांना आपल्या जवळच्या अपरिचिताबरोबर संवाद साधण्यास सांगितले, दुसऱ्या समूहातील लोकांना काहीच न करण्यास सांगितले व तिसऱ्या समूहास नेहमीप्रमाणे प्रवास करण्यास सांगितले. प्रत्येक समूहातील लोकांचा आधी असा अंदाज होता की काहीच न

करणे हे जास्त सकारात्मक असेल; पण प्रत्यक्षात या प्रयोगातून जे सिद्ध झाले ते याच्या उलट होते. ज्या समूहातील लोकांनी अपरिचित व्यक्तींबरोबर संपर्क साधला त्यांचा अनुभव काहीच न केलेल्या लोकांपेक्षा जास्त सकारात्मक होता असे प्रवास पूर्ण झाल्यावर लोकांनी सांगितले. अपरिचित व्यक्तीबरोबर एक अवघडल्यासारखी परिस्थिती निर्माण होईल असे आपल्याला वाटते; पण त्याऐवजी अनपेक्षितपणे आलेल्या संबंधातून चांगल्या जाणिवा निर्माण होतात.

वरील निष्कर्षास पुष्टी देणारा आणखी एक अभ्यास २०१३मध्ये सॅण्डस्ट्रॉम व डन यांनी केला. त्यात असे आढळून आले की, नेहमीच्या कार्यक्षमतेने सिद्ध असे आपण साधी कॉफी विकत घेताना आणखी आनंदी होण्याची संधी गमावतो. यंत्रवतपणे, स्मितहास्यही न करता आपण कॉफी विकत घेण्याची प्रक्रिया करतो; परंतु वरील अभ्यासातून असे दिसले की, ज्यांनी कॉफी विक्रेत्याकडे पाहून स्मित हास्य करून छोटेसे संभाषण करून कॉफी घेतली त्यांना यंत्रवतपणे झटपट कॉफी घेणाऱ्या लोकांपेक्षा जास्त सकारात्मक भावना अनुभवता आल्या.

या अभ्यासामधून दोन महत्त्वाचे निष्कर्ष प्राप्त झाले. पहिला म्हणजे अपरिचितांबरोबर छोटेखानी संभाषण करण्यापेक्षा आपण आपल्याच व्यापात असलो तर ते आपल्यासाठी अधिक योग्य आहे असा *विचार* करण्याकडे किंवा असे *गृहीत* धरण्याकडे आपली वृत्ती असते. दुसरे म्हणजे पहिल्या मुद्द्याबद्दल आपण चूक करीत आहोत. लोकांबरोबर छोटी संभाषणे करणे ही साधी क्रियासुद्धा आपल्याला अधिक आनंदी बनविते, आपण जास्त समाजाभिमुख होतो व छोटेखानी संभाषण व उत्तम संभाषण यांसाठी मानसिकदृष्ट्या जास्त तयारीत असण्यासाठी आपल्याला मदत होते.

आपण जास्त वेळा छोटेखानी संभाषणे करणे आवश्यक आहे - संशोधक स्टीवन हँडेल याला इतरांबरोबरचे 'दहा सेकंदांचे नातेसंबंध'

असे म्हणतात. कारण, यामुळे आपल्या मनाचा कल सुधारतो, आपला दृष्टिकोन बदलतो व आपण समाजाभिमुख होतो.

आता आपण छोटेखानी संभाषणाचा फायदा ओळखला आहे तरीही पूर्णपणे अपरिचित व्यक्तीबरोबर संभाषण करणे हे समाजाभिमुख नसणाऱ्यांसाठी नाखुशीचे किंवा अप्रिय असू शकते. उपयुक्त संभाषण करण्यास आपली पुरेशी तयारी नाही असे आपल्याला वाटत असते, त्यामुळे आपण आपल्यापुरते मर्यादित राहून एकटेपणा पसंत करतो. यावर मात करून नित्याने इतरांबरोबर संभाषण करण्यास आपण कसे तयार होऊ शकतो? लोकांबद्दल आवड उपन्न होण्याची सवय आपल्याला कशी लावून घेऊ शकतो म्हणजे त्या आवडीतून आपण अर्थपूर्ण संवाद साधू शकतो?

वरील गोष्ट म्हणजे दहा सेकंदांचे संबंध यामागील युक्तिवादाचा एक भाग आहे. तुमच्या सोयीनुसार तुम्ही ते एक सेकंद *(हॅलो)* किंवा पाच सेकंद *(हाय, तुमचा दिवस कसा जात आहे? तुम्हाला पाहून/ऐकून छान वाटले, बाय!)* करू शकता; पण आपले उद्दिष्ट मर्यादित ठेवा, त्यात सातत्य राखा.

संवादाची तयारी करणे व समाजात वावरताना आत्मविश्वास वाढविणे यासाठी तुम्हाला सतत अनेक संधी मिळत असतात. तुमचा कोणताही एक सामान्य दिवस विचारात घ्या. आपण कामावर जात असताना रस्त्यात दिसलेले, प्रवासात दिसलेले, लिफ्टजवळ उभे असलेले अशा किती व्यक्तींकडे थोडा वेळ का होईना तुम्ही दुर्लक्ष करता? त्यापैकी एकास तरी 'सुप्रभात' म्हणून अभिवादन करा किंवा काही प्रशंसा करा (*'तुमचा कोट छान आहे, कापड चांगलं आहे'*). आपल्या नजरेस पडणाऱ्या गोष्टीचा उल्लेख करा (*'आज आभाळात ढग नाहीत, पाऊस थांबतोय असे दिसतेय'*) किंवा एखादा प्रश्न विचारा (*'तुम्ही जॉन ग्रिशमची कादंबरी वाचत आहात असे दिसतेय, त्यांच्या कादंबऱ्यांपैकी कोणती तुम्हाला सर्वांत जास्त आवडती आहे?'*)

जेवणाच्या वेळी तुम्ही आपल्या टेबलावर वाकून एकटेच जेवता का? त्याऐवजी जेवणाच्या सुट्टीच्या वेळी कार्यालयातील चहा-कॉफी तयार करण्याच्या ठिकाणी किंवा जवळच्या सहलीच्या ठिकाणी जेथे इतर लोकही बसतात, अशा ठिकाणी जा. आपल्या इमारतीमधील आपला नेहमी दिसणारा सहकारी पण ज्याच्याशी बोलण्याचा योग आला नाही अशा व्यक्तीशेजारी बसा व कंपनीमधील अलीकडच्या घडामोडींबद्दल बोलून संभाषणास प्रारंभ करा (*तुमच्या खात्यात नवीन संशोधन काम सुरू होत आहे असे ऐकले, ते कसे काय चालले आहे?*)

...आणि शेवटी तुम्ही जेव्हा किराणा सामानाची खरेदी करता तेव्हा त्या भांडारातील तुमच्याजवळच्या दुसऱ्या ग्राहकांबरोबर संभाषण करा (*एका ऑन लाइन पाकक्रियेमध्ये मी हे सॉस पाहिले आहे. याचा वापर तुम्ही स्वयंपाकात केला आहे का?*) पैसे देऊन बाहेर पडत असताना तेथील रोखपालाशी स्मित हास्य करून बोला (*तुमचे या पाळीतील काम कसे चालले आहे?*) तुम्हाला सराव करण्यासाठी, तयारी करण्यासाठी समाजातील हे घटक अगदी योग्य आहेत - खरे तर चहा-कॉफी विक्रेते, टॅक्सिचालक, रोखपाल, दुकानातील नोकर, वेटर, द्वारपाल, तुमचे वाहन तळावर नेणारा या सर्वांना काही खास पर्याय नसतात.

ग्राहकांना ते कशा सुविधा देतात यावर त्यांची कामगिरी पाहिली जाते व आपली नोकरी टिकविण्यासाठी त्यांना ग्राहकांशी नम्रपणे वागावे लागते. त्यामुळे संभाषणात काही गफलत होईल ही आपली भीती अनाठायी ठरते कारण तुम्हाला अशी भीती न वाटू देणे व तुमच्या विनोदास दाद देणे हेच त्यांचे काम आहे.

तुमच्या असे ध्यानात येईल की, काही गफलत होणे हे काही इतके वाईट नाही, लोक आपले काम पुढे चालू ठेवतात - कदाचित पुढील दहा मिनिटांत ते झालेले संभाषण विसरून जातील.

दुकानातील काउंटर मागील व्यक्ती किंवा रोखपाल हे हमखासपणे तुमचे बोलणे ऐकणारे असतात. हे कामगार त्यांच्या कामाच्या जागीच दीर्घकाळ अडकून पडलेले असतात व ज्यांनी अशी कामे केली आहेत त्यांना कल्पना आहे की, ही कामे काही फार आकर्षक नाहीत. अनेकदा ते कंटाळलेले असतात, त्यामुळे त्यांच्याबरोबर कोणी संभाषण केले तर तो त्यांच्यासाठी चांगला सकारात्मक अनुभव असतो, त्यामुळे त्यांचा दिवस भराभर संपेल व तुम्ही त्यांना करण्यासाठी काही काम द्याल. कदाचित, त्यांना सन्मान देणारे व त्यांच्यामध्ये आवड दर्शविणारे तुम्ही एकटेच असाल, त्यामुळे तुम्ही म्हणजे त्यांच्या कामाच्या दिवसातील एक चित्तवेधक भाग ठराल.

सेवा पुरविणाऱ्या व्यक्तींबरोबर तुम्ही वेगवेगळ्या गोष्टी बोलू शकता, प्रतिक्रिया, वाक्प्रचार, अभिवादन, चेहऱ्यावरील हावभाव इत्यादींचा वापर करू शकता. तुम्ही त्यांचा घोर अपमान करीत नसाल, तर ते तुमच्याबरोबर नम्रपणे वागतील; पण तुमच्या सर्व प्रयत्नांना त्यांच्या प्रतिक्रिया किती सकारात्मक आहेत यावरून कोणत्या प्रयत्नांचा वापर जास्त परिणामकारक आहे हे तुम्ही ठरवू शकता.

आपल्या कौशल्यांचा अधिकाधिक विकास करून तुम्ही त्यांच्यामध्ये सुधारणा करू शकता. आपल्या भावी काळातील परस्पर संवादांमधील प्रगती आपण पाहू शकता. ज्याप्रमाणे आपल्याला मिळणाऱ्या प्रतिक्रिया बदलत जातात, त्यावरून तुम्ही काय करीत आहात यात चांगले बदल करू शकता व आपले संभाषण कौशल्य वाढवू शकता.

*तुमच्या सामाजिक कौशल्यांचा वापर करणे व त्यात सुधारणा करणे* यासाठी तुम्ही सुरक्षित वातावरणात आहात. तुम्हाला कोणी अजमावेल किंवा काय परिणाम होतील याची तेथे काळजी नाही. याशिवाय, लोकांच्या प्रतिक्रिया काय आहेत हे तुम्ही अजमावू शकता, ते काय संदेश देत आहेत हे समजू शकता व त्यानुसार

वेगवेगळ्या प्रकारच्या लोकांसाठी तुमचे परस्पर संवाद कसे असावेत हे ठरवू शकता. या प्रक्रियेमध्ये प्रयत्न करणे व चुका करणे अंतर्भूत आहेत; पण आपल्या संपर्कात येणाऱ्या लोकांबरोबर संवाद साधून तुम्ही झपाट्याने प्रगती करू शकता.

एका अपरिचित व्यक्तीबरोबर दररोज पुढाकार घेऊन दहा सेकंद संवाद साधण्याचे उद्दिष्ट ठेवा. त्यासाठी कार्यक्रम, समारंभ, पार्टी अशा ठिकाणांची विशेषत्वाने निवड करा. यामुळे संभाषणासाठी तुमची तयारी वाढेल आणि लोकांमध्ये रस घेण्याची सवय निर्माण होईल.

## लहान मुलाप्रमाणे अभ्यास

दररोज सामाजिक संपर्क साधण्याची मानसिक तयारी करणे व त्यासाठी आवश्यक त्या मूडमध्ये येणे या छोटेखानी संभाषणांमध्ये प्रावीण्य मिळविण्यासाठी लागणाऱ्या दोन महत्त्वाच्या बाबी आहेत. शारीरिक तंदुरुस्ती इतक्याच त्या महत्त्वाच्या आहेत. संभाषण ही एक शर्यत आहे असा विचार करा आणि शर्यतीपूर्वी जशी तयारी करतात तशी करा.

खेळातील किंवा शैक्षणिक प्रकारातील उत्तम शर्यतीमध्ये जेव्हा भाग घ्यायचा असेल, तेव्हा आपण कोणत्या ना कोणत्या प्रकारची पूर्वतयारी करतो. आपली कामगिरी कशी असावी त्यानुसार आपण शारीरिक व मानसिक तयारी करतो हे अगदी सामान्य ज्ञान आहे. धावपटू व्यायाम करतात, गायक रियाज करतात. ज्या लोकांना संभाषणात भाग घ्यायचा आहे त्यांच्या बाबतीत काय?

बोलण्यासाठी आवश्यक असणाऱ्या स्नायूंना किती मदत लागते आणि त्या स्नायूंना बळकटी देण्यामुळे तुमचे व्यक्तिमत्त्व किती प्रभावी होते हे जाणून तुम्हाला आश्चर्य वाटेल. आपण शाळेत असताना जेव्हा वर्गात लक्ष देत नसतो, त्या वेळी शिक्षकांनी आपल्याला काही

विचारल्यावर तुम्हाला पाच सेकंद घसा साफ करण्यास लागले. कारण, तुमची तयारी नसल्यामुळे तुमचा आवाज घाबरलेला व अवघडलेला होता. तेच काढून टाकण्याचा आम्ही प्रयत्न करीत आहोत आणि तुमच्यात आत्मविश्वास निर्माण करीत आहोत.

आपल्या संवादाची व छोटेखानी संभाषण कौशल्याची पूर्वतयारी करण्यासाठी जे आपण जवळ जवळ दररोज करतो ते करणे आवश्यक आहे व ते म्हणजे : मोठ्याने वाचणे.

हे ऐकायला अगदी सोपे वाटेल; पण इतर वेळेपेक्षा या खेपेस मोठ्या वाचणे हे वेगळे असेल कारण येथे तुम्हाला एक उद्दिष्ट आहे. *Wizard Of Oz* मधील एक उतारा मी येथे दिला आहे, तो सर्वत्र उपलब्ध आहे, त्यामुळे ग्रंथावरील हक्काचा (copyright) प्रश्न उद्भवत नाही. यामध्ये तुम्हाला रस वाटला नाही, तर तुम्ही दुसरा कोणताही उतारा निवडू शकता; पण त्यामध्ये अनेक भावभावनांचा कल्लोळ असेल व वेगवेगळ्या पात्रांचे संभाषण असेल याची खात्री करा. तो उतारा असा आहे :

> *चिनी भिंत उतरून आल्यावर प्रवाशांना दिसलेला देशाचा भाग नापसंत होता. तो पाणथळीचा, दलदलीचा व गवताळ प्रदेश होता. तेथे चालताना चिखलाने भरलेल्या खड्ड्यात पडल्याशिवाय पुढे जाता येत नव्हते. कारण, ते गवत इतके जाड होते की त्यामुळे खड्डे दिसत नव्हते.*
>
> *परंतु काळजीपूर्वक मार्गक्रमण करून ते सुरक्षितपणे चांगल्या जमिनीवर पोहोचले; परंतु हा भाग नेहमीपेक्षा अधिकच दाट जंगलासारखा होता. दमछाक करणाऱ्या झाडाझुडुपांमधील चालीनंतर ते दुसऱ्या जंगलात पोहोचले. तेथील झाडे त्यांनी पूर्वी पाहिलेल्या झाडांपेक्षा मोठी व जुनाट होती.*

*‘हे जंगल अगदी आनंददायक आहे’ असे विधान सिंहाने केले. खूश होऊन आजूबाजूस पाहता असताना तो म्हणाला, ‘यापेक्षा सुंदर जागा मी पूर्वी कधीच पहिली नाही.’*

*‘हे उदास करणारे आहे,’ असे बुजगावणे म्हणाले.*

*‘तसे अजिबात नाही,’ सिंह उद्‌गारला. ‘माझे सर्व आयुष्य येथे काढायला मला आवडेल. तुमच्या पायाखाली किती मऊ वाळलेली पाने आहेत ते पाहा. या जुन्या झाडांना बिलगलेले शेवाळे किती हिरवे व चांगल्या प्रतीचे आहे ते पाहा. कोणत्याच जंगली श्वापदास यापेक्षा चांगल्या निवाऱ्याची अपेक्षा नाही.’*

*‘कदाचित आता जंगलात हिंस्र श्वापदे असतील,’ डोरोथी उद्‌गारली.*

*‘तशी श्वापदे असतीलही पण आता तरी आसपास तसे कोणी दिसत नाही,’ सिंह म्हणाला.*

*ते जंगलातून पुढे चालत गेले. खूप अंधार पडल्यावर पुढे जाणे शक्य नव्हते. डोरोथी, टोटो व सिंह जमिनीवर आडवे पडून झोपी गेले आणि वुडमॅन व बुजगावणे यांनी नेहमीप्रमाणे त्यांच्यावर लक्ष ठेवले.*

हे काम सोपे वाटते ना? वरील उतारा मोठ्याने स्वतःशी वाचा. लाजू नका. जर खरेच तुम्ही वाचले, तर आपल्या घशास थोडासा ताण दिल्यावर आपण बोलण्यासाठी व संभाषण करण्यासाठी तयार आहोत असे तुम्हाला वाटेल; पण तो फक्त प्रारंभ आहे. आता सूचना येत आहेत.

दुसऱ्या इयत्तेमधील विद्यार्थ्यांना हा उतारा वाचून दाखवीत आहात असे समजा. तुम्ही स्पर्धेमध्ये एखादा प्रयोग सादर करीत आहात अशी कल्पना करा. तुम्ही किती भावनाप्रधान व हास्यास्पद होता

यावर विजेता ठरणार आहे असे समजा. एखाद्या सिनेमासाठी तुम्ही तुमचा आवाज देणारे कलाकार आहात व फक्त आपल्या आवाजातून विविध भावना लोकांपर्यंत पोहोचवित आहात असे समजा. जितके उत्तम काम करता येईल ते करा - प्रारंभी ते फारसे जमणार नाही.

तुम्हाला आढळलेली प्रत्येक भावना अगदी टोकास जाऊन व्यक्त करा.आवश्यक तेथे किंचाळा किंवा कुजबुज करा. वेगवेगळ्या पात्रांसाठी निराळे आवाज वापरा. प्रसंगी हास्याचा धबधबा उत्पन्न करा, राग तीव्रतेने व्यक्त करा, आनंद पराकोटीने व्यक्त करा - तुम्हाला कल्पना आली असेल. या वाक्यांमधून तुम्हाला कोणत्या भावना व्यक्त होत आहेत? एवढ्या छोट्या उताऱ्यातसुद्धा भावनांचा चढउतार आहे. त्या व्यक्त करा, त्यांची परिसीमा गाठा व तुमच्या भावनांची व्याप्ती वाढवा.

तुमच्या आवाजातील चढ-उतारांकडे लक्ष द्या. तुम्हाला एका सुरात बोलण्याची सवय आहे का? तुम्हाला ऐकून ते पात्र किंवा बोलणारा काय विचार करीत आहे किंवा काय सांगायचा प्रयत्न करीत आहे हे समजेल का? आपल्या आवाजातून विविध भावना व्यक्त करण्याचा सराव करा, *भावनांची विविधता* आत्मसात करा. या सर्व नवीन सूचनांसह पुन्हा मोठ्याने वाचा.

तुम्हाला फरक जाणवला का? आता आणखी एक सूचना आहे : तुमच्या भाषाशैलीकडे व स्पष्ट उच्चारांकडे लक्ष द्या. याचा अर्थ असा की, इतरांशी बोलताना आपण अडखळू नये व मध्येच थांबू नये यासाठी तुम्ही आपल्या जिभेला तयार करत आहात. संवाद असलेला उतारा निवडण्यामागचे आणखी एक कारण म्हणजे तुम्ही वाचण्यासाठी निवडलेल्या उताऱ्यात जेवढी विविधता असेल तितकी तुमची तयारी चांगली होईल. एखाद्या चिडखोर माणसाप्रमाणे पुटपुटण्याची सवय तुम्हाला असेल, तर त्यास पूर्णविराम द्या व स्पष्ट बोलत आहात याची खात्री करा.

तुमच्या श्वासोच्छ्वासाकडे लक्ष द्या. आपल्याला दम लागतो आहे असे तुम्हाला वाटते का? त्याचे कारण तुमच्या पोटाचा पडदा अशक्त आहे व आत्मविश्वासपूर्ण आवाज देण्याची त्याला सवय नाही. याच कारणामुळे गायक आपल्या पोटावर हात ठेवतात व पोटाचा पडदा व्यवस्थित कार्य करीत आहे का ते पाहतात. हे करून पाहा व आपले पोट कडक व घट्ट असल्याची खात्री करा.

आपण बोलत असलेल्या शब्दांमध्ये जीव ओतणे हा मुद्दा येथे आहे. पोटाच्या पडद्याचा वापर न करता बोलणाऱ्या व्यक्तींचा आवाज हळू, क्षीण व उंदरासारखा निघतो. तुमच्या आवाजाचा पल्ला जेवढा चांगला तेवढ्या प्रमाणात तुम्हाला भावनांमधील पैलू दर्शविता येतात.

तुम्ही एखादी गोष्ट कशी सांगता यातील आणखी एक महत्त्वाची बाब म्हणजे तुमच्या बोलण्याचा वेग. तुमच्या बोलण्याचा वेग कदाचित तुमचा मित्र असेल किंवा तुम्ही काय सांगत आहात त्याचे महत्त्व कमी करेल. फक्त बोलण्याच्या वेगामुळे सुद्धा तुमच्या भावना व्यक्त होऊ शकतात - उदाहरणार्थ, जेव्हा एकदा महत्त्वाचा मुद्दा तुम्ही सांगत असता तेव्हा बोलण्याचा वेग कमी करा म्हणजे तुमच्या सांगण्याचा प्रभाव पडेल. जर तुम्ही चुकीच्या वेगात बोललात किंवा बोलण्याचा वेग योग्य नसेल तर तुमचे सांगणे व्यर्थ ठरेल, त्यामुळे गोंधळ उडेल किंवा चुकीचा समज होईल. याशिवाय, बोलताना योग्य ठिकाणी थोडे थांबल्यास शब्दांमधून जे अभिप्रेत आहे ते सांगितले जाईल.

तो उतारा पुन्हा एकदा वाचण्यास आता तयार आहात का? तुम्ही आतापर्यंत जे शिकलात त्या सर्वांचा वापर करा. आता तुम्ही तिसऱ्यांदा केलेले वाचन व काहीही सूचना नसताना केलेले पहिले वाचन यांची तुलना करा. पूर्वतयारी केल्यावर व तयारी नसताना यातील तो फरक आहे आणि अनेक वेळा तुमचे पहिले वाचन जसे झाले, त्याप्रमाणे तुमचे बोलणे ऐकू येते. पूर्वतयारीची उपयुक्तता याचाच पुरावा म्हणून वरील उदाहरण पुरेसे आहे अशी आशा आहे.

हा वाचनाचा प्रयोग व त्याबरोबरच्या सूचना हे तुमच्यासाठी मोठे आव्हान होते का? दैनंदिन संभाषणात तुमची अभिव्यक्ती किती कमी आहे याचा आढावा घेणे ही कदाचित एक चांगली कल्पना आहे.

यातील आणखी एक फायदा म्हणजे जरी तुम्हाला चमत्कारिक वाटत असले तरी भावना व शब्दांच्या अभिव्यक्तीच्या तुमच्या मर्यादांचा तुम्ही विस्तार करीत आहात. अगदी खाजगी आयुष्यात व इतरत्रही तुम्ही ज्यात समाधानी आहात त्यातून बाहेर पडल्यास तुमच्या अभिव्यक्ती जास्त चांगल्या होतील व सर्वसाधारणपणे जास्त आत्मविश्वासपूर्ण व्यक्तीप्रमाणे तुमचे बोलणे असेल. हे सर्व मोठ्याने वाचन करून साध्य होते? होय, जर एका विशिष्ट उद्देशाने व कृती व उक्ती यातील सावधपणा बाळगून केले तर!

## तुमच्या संभाषणाचा सारांश

संभाषणापूर्वीची तुमची मानसिकता व शारीरिक गोष्टी यावर या प्रकरणातील आधीचे मुद्दे केंद्रित आहेत. वेगळ्या शब्दांत सांगायचे म्हणजे पूर्ण तयारीनिशी उत्तम छोटेखानी संभाषण साधण्यासाठी तुम्ही आवश्यक त्या मूडमध्ये असण्याचे मार्ग शोधले पाहिजेत; परंतु प्रत्यक्षात काय बोलायचे आहे हे आपण अद्याप पाहिले नाही. आता आपण ती दुरुस्ती करू या.

एखाद्या क्षणी झटकन काही विचार करून बोलणे म्हणजे संभाषण नव्हे हे आधी सांगितलेले आहे. तसे करणे हे एक वेगळेच कौशल्य आहे व ते विकसित करता येते; परंतु दररोज उपयुक्त ठरणारा *संभाषणाचा सारांश* आपल्यासाठी तयार करणे हे सोपे आहे व प्रत्येक संभाषणात आपल्याला त्याचा आधार घेता येतो.

म्हणजे याचा नक्की अर्थ काय? तर यात दोन तीन गोष्टी आहेत.

सर्वप्रथम म्हणजे आपण स्वतःला व इतरांना आपल्यामधील कोणत्या गोष्टीत रस आहे याचा विचार करीत नाही. 'दोन खऱ्या व एक खोटी गोष्ट' हा खेळ तुम्ही कधी खेळाला आहेत का? संभाषण सुरू करणे सोपे व्हावे म्हणूनही खेळ खेळतात, आपल्याबद्दलच्या औत्सुक्यपूर्ण बाबी व गोष्टी सांगणे अशी याची सुरुवात आहे; पण हे बरेच अवघड आहे कारण *लोकांना आपल्याबद्दल काय जाणून घ्यायचे आहे* हे आपण स्वतःला कधी विचारत नाही. हा सारांश तयार करणे म्हणजे स्वतःची ओळख, अद्‌भुत गोष्टी, विचित्रपणा, साध्य केलेल्या गोष्टी, विशिष्ट दृष्टिकोन समजण्यास मदत होते म्हणजेच स्व-जागृती व आत्मविश्वास प्राप्त होण्यासाठी यामुळे मदतच होते.

दुसरी गोष्ट म्हणजे जेव्हा एखादे संभाषण चालू असते व त्यात मध्येच शांततेचा अवघडलेला प्रसंग येतो, आपण प्रयत्न करतो; पण आपली मनाची पाटी कोरी असते. आपण झटकन काही विचार करतो; पण विचारशृंखला खंडित असते व पुढे जाता येत नाही. या वेळी संभाषणाचा सारांश तुमची सुटका करतो. कारण, त्यामध्ये तुम्ही कोण आहात याचे एक विहंगावलोकन असते. तुमच्याबद्दलच्या मजेशीर गोष्टी, तुम्ही साध्य केलेल्या वैशिष्ट्यपूर्ण गोष्टी, तुमचे खास अनुभव व महत्त्वाच्या तसेच सध्याच्या विषयांवर तुमची मते त्यात असतात. त्यांचा उपयोग करणे तुम्हाला शक्य होते.

आपल्या नोकरीसाठी जो सारांश तुम्ही तयार करता, त्यापेक्षा हा सारांश वेगळा नाही - पण याचा उद्देश अगदी वेगळा आहे. आपण कोणत्या गोष्टींवर बोलू शकतो हे माहीत असावे, त्याची उजळणी करा आणि आवश्यक असेल तेव्हा त्यांचा मुक्तपणे वापर करा. नोकरीमध्ये जसे होते त्याचप्रमाणे हा सारांश तुमच्याबद्दल इतरांना काय माहिती व्हावे हे दर्शवितो.

अशा विचारांची तयारी करणे हे निरुपयोगी आहे असे वाटेल; पण नोकरीच्या मुलाखतीमध्ये तुम्हाला काही सांगता येत नाही, तेव्हा

अतिशय क्लेशदायक शांतता असते. तेव्हा तुम्ही गडबडता. काय उत्तर द्यावे याचा तुम्ही विचार करीत असता व तुम्ही जे बोलता ते सामान्य शब्द असून ते परिणामकारक नाहीत याची तुम्हाला जाणीव असते. तुमचा सर्वांत मोठा दोष कोणता असे जर तुम्हाला कोणी विचारले, तर तुम्हाला कशाचा आधार घेण्याची जरुरी नसते व तुम्ही कामात खूप समर्पित असता व खूप कष्ट घेता हा दोष आहे असे स्पष्टीकरण देऊ शकता.

'गेल्या आठवड्याच्या शेवटी तुम्ही काय केले' असे कोणी विचारल्यास एक चांगले उत्तर किंवा गोष्ट तयार असणे व 'अरे विशेष काही नाही, थोडा वेळ टीव्ही पाहिला. तुम्ही काय केले?' या दोन उत्तरांत फरक आहे. 'तुमची गोष्ट काय आहे?' या प्रश्नास न अडखळत किती जण उत्तर देऊ शकतील? तुम्ही कंटाळवाणी व्यक्ती नसून, लोकांना तुमच्यामध्ये व तुम्ही काय सांगणार आहात यामध्ये रस आहे याची आठवण तुम्हाला संभाषणाचा सारांश करून देतो.

संभाषणाचा सारांश सतत ताजा करावा लागतो, त्यामुळे संभाषणात मध्येच येणारी, अस्वस्थ करणारी शांतता टाळता येते व इतरांशी संपर्क साधणे सहजसाध्य होते. आता लगेच असा सारांश तयार करणे अवघड वाटेल; पण तुमच्याकडे टक लावून पाहत तुमच्या उत्तराची कोणी अपेक्षा करीत असेल त्या वेळच्या तणावापेक्षा हे नक्कीच सोपे आहे. मानसिक अस्वस्थता जाऊन संभाषणात खरोखर यशस्वी होण्याची ही प्रक्रिया आहे. तुमच्या संभाषणाच्या सारांशामधील सर्वच गोष्टी रोजच्या संभाषणात येणार नाहीत; पण तुमच्या डोक्यात जेवढ्या जास्त गोष्टी असतील, तेवढ्या इतरांना समजतील व तुम्ही जास्त आकर्षक बनाल.

संभाषणाच्या सारांशमध्ये चार भाग असतात व दर दोन आठवड्यांनी त्यात नवीन गोष्टी अंतर्भूत करणे ही कल्पना चांगली आहे. हे मान्य आहे की, अशा प्रश्नांची उत्तरे देण्याचा विचार तुमच्या मनात आधी

कधीच आलेला नसेल. याचा अर्थ असा की, हे भाग तुमच्या संभाषणात कधीच येत नसतील. स्वतःची किंमत कमी करून घेऊ नका!

एखाद्याने तुम्हाला विचारलेल्या प्रश्नास अगदी शब्दशः उत्तरच दिले पाहिजे असे नाही, तर संभाषणाचा ओघ तुम्ही तुमच्या सारांशामधील तुमची तयारी असलेल्या गोष्टीकडे वळवा. सरतेशेवटी 'तुमच्या आठवड्याची अखेर कशी होती?' या उत्तरात शनिवारी व रविवारी काय केले हे प्रश्नकर्त्यास जाणून घ्यायचे नसते, तर तेथील शांततेऐवजी त्यांना करमणूक होईल असे काही तरी ऐकवायचे असते.

## दैनंदिन जीवन :

- तुम्ही शनिवार व रविवारी काय केले? काही विशेष?
- तुमचा आठवडा/दिवस कसा जात आहे? काही विशेष?
- तुमचे कुटुंब /अन्य महत्त्वाची व्यक्ती कसे आहेत? काही विशेष?
- काम कसे चालले आहे? त्यात काही विशेष?

## वैयक्तिक :

- तुमचे छंद काय आहेत? काही विशेष?
- तुमच्या कामाव्यतिरिक्त तुमची सर्वांत मोठी आवड कोणती किंवा कशात रस आहे? काही विशेष?
- तुम्ही कोठून आला आहात? काही खास?
- तुम्ही सध्या जेथे राहता तेथे केव्हापासून आहात आणि सध्याच्या नोकरीत केव्हापासून आहात? त्यात काही खास?
- तुमची शाळा कोणती? तुम्ही कोणते विषय घेतले होते व कोणत्या उपक्रमांत सहभागी झाला होता? त्यात काही विशेष?
- तुमचे काम काय आहे? काही विशेष?

**उल्लेखनीय :**

- तुमचे पाच सर्वांत विलक्षण अनुभव कोणते आहेत?
- तुम्ही साध्य केलेल्या गोष्टींपैकी तुमच्यासाठी कोणत्या पाच गोष्टी लक्षणीय आहेत?
- कोणत्या दहा बाबतीत तुम्ही सरासरीपेक्षा जास्त श्रेष्ठ आहात, त्या कितीही लहान किंवा मोठ्या असू देत.
- गेल्या पाच वर्षांत तुम्ही प्रवास केलेल्या दहा ठिकाणांची नावे सांगा.
- भूतकाळातील पाच सामाजिक कार्यक्रमांना तुम्ही केव्हा गेला होता ते सांगा.
- ज्या दहा गोष्टींशिवाय तुम्ही राहू शकत नाही त्या सांगा – हा प्रश्न शब्दशः घेऊ नका. तुमच्या छंदांबद्दल येथे विचारत आहोत, घरगुती वापराच्या वस्तू अभिप्रेत नाहीत.

**सद्यःस्थितीची माहिती :**

- या आठवड्यातील व महिन्यातील कोणत्या पाच महत्त्वाच्या घडामोडी आहेत? त्यांची मूलभूत माहीत करून घ्या, त्याविषयी तुमचे मत बनवा व तुमची भूमिका तयार करा.
- गेल्या आठवड्यात तुमच्या बाबतीत चार मजेशीर गोष्टी कोणत्या आहेत? त्या गोष्टी थोडक्यात सांगायची तयारी ठेवा.
- गेल्या आठवड्यात कोणत्या चार औत्सुक्यपूर्ण गोष्टी तुम्ही वाचल्या किंवा ऐकल्या आहेत? त्या गोष्टी थोडक्यात सांगायची तयारी ठेवा.

तुम्हाला काही सुचत नसल्यास हा उपाय आहे. तुमच्याबद्दलच्या इतक्या अनेक गोष्टी तुम्ही आठवल्या आहेत की बोलण्यासाठी

काही विषय नाही अशी परिस्थिती उद्भवणारच नाही. महत्त्वाच्या सामाजिक प्रसंगांना जाण्यापूर्वी या सारांशाची उजळणी करा म्हणजे कोणाबरोबरही तुम्ही योग्य संभाषण करू शकाल.

काही लोक विद्युतवेगाने संभाषणाच्या विषयांना हात घालतात. कारण, त्या क्षणी त्यांना स्वतःबद्दल जास्त गोष्टी आठवत असतात.

## संभाषणातील टप्पे

छोटेखानी संभाषणास चपराक मिळते; पण छोटेखानी संभाषणाचे महत्त्व न समजून घेणे म्हणजे तुम्हाला लग्न करायचे आहे; पण मुलींना भेटण्याची तुम्हाला नावड आहे – या गोष्टी एकानंतर एक या क्रमानेच घडतात. तुमची सामाजिक कौशल्ये वाढविण्याचा जेव्हा विचार करत असता, तेव्हा एक गोष्ट लक्षात ठेवणे आवश्यक आहे ती म्हणजे संवाद होण्यासाठी छोटेखानी संभाषण हे अत्यंत महत्त्वाचे आहे व त्यात प्रावीण्य मिळविल्यावर मोठ्या संभाषणांकडे व भाषणांकडे तुम्ही वेगाने जाल.

संभाषण व त्यानंतर पुढील पायरी म्हणजे समाजात मिसळणे व जनसंपर्क साधणे हे सर्व एकदम होत नाही, ते टप्प्याटप्प्याने होते. बाहेर जा व छोटेखानी संभाषण कोठे उपयोगी आहे व का महत्त्वाचे आहे हे पाहा – तुम्ही व दुसरी व्यक्ती यांच्यामधील अंतर कमी करण्यासाठी ज्या पायऱ्या आहेत, त्यातील पहिली पायरी छोटेखानी संभाषण ही आहे.

संभाषण हे चार टप्प्यांमधून होते असा विचार करणे उपयुक्त ठरेल, यातील प्रत्येक पायरी क्रमाक्रमाने अधिक जिव्हाळा उत्पन्न करते. दुसऱ्याचा विश्वास संपादन करणे व जवळीक वाढवणे यातून चांगल्या संबंधाचा पाया रचला जातो. या पायऱ्यांवरून घाईने गेल्यास किंवा चुकीच्या पायऱ्या घेतल्यास तुम्ही बाजूला सारले जाल व एक चांगला संबंध प्रस्थापित करण्याची हातातली संधी गमवाल.

छोटेखानी संभाषण ही पहिली पायरी आहे यात काही आश्चर्य नाही, त्यालाच आनंदाने अभिवादन करणे, सामान्य गप्पागोष्टी करणे असेही म्हणतात. संभाषणास प्रारंभच झाला नसेल अशा वेळी संभाषणाची सुरुवात करणे यातून शक्य होते. छोटेखानी संभाषण माफक असणे आवश्यक आहे. संवादाची सुरुवात करताना छोटेखानी संभाषण हे सर्वांसाठी सुयोग्य असावे, सर्वांना त्यात भाग घेता यावा. या क्षणी समोरची व्यक्ती तुम्हाला अजिबात माहीत नाही.

हवामान, सद्यःस्थितीमधील सामान्य घडामोडी किंवा या क्षणी जे घडत आहे हे सर्व उपयुक्त विषय आहेत. तुम्ही कोण आहात याची माहिती देण्याची ही वेळ नाही. येथे फक्त प्राथमिक संपर्क साधायचा आहे व सकारात्मक वातावरणात संभाषणाची सुरुवात करायची आहे. अतिशय जवळिकीचे किंवा गंभीर व विशिष्ट विषय टाळा, दीर्घकाळ नजरेला नजर देणे किंवा स्पर्श करणे टाळा. संभाषण हलकेफुलके ठेवा, स्मित करा. पुढच्या पायरीवर *आरामात, मोकळेपणाने* जाणे हे तुमचे उद्दिष्ट आहे.

या छोटेखानी संभाषणानंतर पुढील पायरी - अधिक माहिती देणे - यासाठी तुम्हा दोघांमध्ये मोकळेपणा आला असेल.

ही पायरी म्हणजे 'तुमच्याविषयी माहिती करून देणे.' यामध्ये तुम्ही तुमच्या आयुष्यातील काही माहिती सविस्तर देता. तुम्ही कोठे राहता, कोठे काम करता, तुम्हाला कोणत्या गोष्टीत रस आहे, तुम्ही सध्या काय करता किंवा आधीच्या छोटेखानी संभाषणासंबंधी बोलता किंवा तुम्ही दोघे सध्या ज्या स्थितीत आहात त्याबद्दल बोलणे होते. येथे तुम्हाला स्वतःबद्दल मोकळेपणाने आपण कशी व्यक्ती आहोत हे सांगण्याची संधी मिळते. यामुळे विश्वास प्रस्थापित होतो; परंतु ध्यानात ठेवा की, येथे फक्त *माहिती देणे* आहे, तुमची ठाम मते व भावना आत्ता व्यक्त करू नका.

दुसऱ्या व्यक्तीस तुमची ओळख हळूहळू होऊ दे. त्यांना हे योग्य वाटत असेल व त्यांचा प्रतिसाद त्यांच्या स्वतःच्या माहितीसंबंधी येत असेल, तर अधिक माहिती द्या. तसा प्रतिसाद नसला तरी ते ठीक आहे, सध्या जेवढी माहिती दिली आहे तेथेच थांबा. तुमची माहिती ऐकून स्वतःची माहिती ते देत असल्यास पुढील पायरीवर जा.

आपली मते व्यक्त करणे ही तिसरी पायरी आहे. येथे तुमची जवळीक आणखी वाढते.

दोघांमधील समान गोष्टी समजल्यावर तुम्ही आपली मते व दृष्टिकोन सांगू शकता. दोघांमध्ये काय समान आहे हे शोधणे म्हणजे आपली मैत्री कोणत्या पायावर होत आहे हे शोधणे. फार धाडस न करता विचारपूर्वक प्रश्न तुमच्यामध्ये काय साम्य आहे याची उत्तरे देतील.

तुम्हाला थोडा वेळ गप्पा मारल्यावर काही समान मतांचे दिलेले संदर्भ उघड होतील; पण यामध्ये खूप जास्त एकवाक्यता असणे आवश्यक नाही. तुमचे छोटेखानी संभाषण चांगले झाले असेल व तुम्ही स्वतःबद्दल उपयुक्त माहिती दिली असेल आणि त्या व्यक्तीने तुम्हाला जे सांगितले ते तुम्ही व्यवस्थित ऐकले असेल, तर तुमच्यामधील औत्सुक्यपूर्ण समान गोष्टी कोणत्या आहेत त्या चर्चेसाठी सापडतील.

तुम्ही दोघांनी विद्यापीठात एकाच विषयाचा अभ्यास केला का? दोघांनाही मुले आहेत का किंवा दोघांनाही कोणत्या तरी वेगळ्याच बाबतीत रस आहे?

तुम्ही किती खोलवर जाता हे तुमच्या संभाषणाचा संदर्भ ठरवेल. एखाद्या औत्सुक्यपूर्ण व्यक्तीबरोबर बस स्थानकावर झालेला सहजगत्या संवाद तुमच्या बहिणीच्या नियोजित वराबरोबर झालेल्या भेटीपेक्षा उथळ असेल; परंतु दोन्ही प्रसंगी तुम्हाला सारख्याच पायऱ्या घ्याव्या लागतील. ज्यांचे संभाषणकौशल्य चांगले आहे ते

लोक नेहमी त्यांच्या कानावर पडणाऱ्या माहितीचा योग्य उपयोग करून घेतात व त्यासंबंधी प्रश्न विचारतात. तुम्ही जर योग्य प्रश्न विचारले तर लोक खरोखर आकर्षक वाटतील.

जर आधीच्या टप्प्यांवर तुम्ही फारसे यशस्वी झाला नसाल, तर काही समान गोष्ट शोधणे अवघड होईल किंवा जर दुसरी व्यक्ती थोडी सावकाश प्रगती करू इच्छित असेल, तर तुम्ही थोडी घाई करीत आहात असे वाटेल, या प्रकारची सावधगिरी बाळगा. अपघाताने संघर्ष होईल अशा एखाद्या गोष्टीप्रत तुम्ही याल व आधीच्या चांगल्या संबंधावर व मैत्रीवर तुम्हाला अवलंबून राहावे लागेल.

संभाषण ही एक कसरत आहे, त्यात समतोल साधावा लागतो – तुम्हाला दुसऱ्याबरोबर संपर्क तर साधायचा आहे पण त्याच वेळी त्या व्यक्तीचा योग्य मान ठेवायचा आहे व निरीक्षण करायचे आहे आणि त्या व्यक्तीची माहिती घेत असताना एक विशिष्ट अंतर राखणे आवश्यक आहे. दुसऱ्यासमोर प्रामाणिकपणे मन मोकळे करण्यास वेळ लागतो व विश्वास उत्पन्न व्हावा लागतो हे समजून घ्या. कारण, यातून अवघडलेली परिस्थिती किंवा गैरसमजूत होऊ शकते.

संभाषण जर मोकळेपणाने व सकारात्मक होत असेल, तरच तिसऱ्या पायरीकडे जा.

आपल्या भावना व्यक्त करण्याची ही शेवटची पायरी आहे. येथे तुम्ही आणखी मनमोकळेपणे बोलता व आपल्या वैयक्तिक भावना व्यक्त करता. यामध्ये खरेपणा पाहिजे. एवढी जवळीक साधण्यापूर्वी प्रत्येकास लागणारी वेळ व पूर्वीचे संभाषण यांची आवश्यकता वेगवेगळी असते, त्यामुळे ज्या दोन व्यक्तींमध्ये संभाषण होत आहे, त्या दोघांचा एकमेकांवर खरोखर विश्वास आहे व ते मोकळेपणे वागत आहेत – यासाठी पूर्वीच्या सर्व पायऱ्या आवश्यक आहेत. ज्यामुळे तुम्ही उत्साही होता किंवा ज्याची तुम्हाला भीती वाटते,

त्याबद्दल तुम्ही कदाचित बोलाल किंवा मनापासून प्रशंसा कराल किंवा आपली खाजगी मते व्यक्त कराल.

अर्थातच एक चांगला संबंध या शेवटच्या पायरीवर स्थिरावेल व जेव्हा दोघेही आपल्या भावना व नाजूक गोष्टी व्यक्त करतील, तेव्हा संबंध अधिक दृढ होईल. प्रेमसंबंध किंवा व्यावहारिक संबंध किंवा कौटुंबिक जवळीक यांपैकी काहीही असले तरी शेवटच्या पायरीपर्यंत येण्यास प्रयत्न लागतात व तेथपर्यंत येऊ शकाल हे गृहीत धरता येत नाही. छोटेखानी संभाषण हे काही लोकांना वेळेचा अपव्यय वाटेल; पण कालांतराने एक जवळीक साधण्यासाठी जे पायाभूत काम करावे लागते, त्यासाठीची वचनबद्धता म्हणजे छोटेखानी संभाषण आहे असा विचार करा.

## यातून घेण्याजोगे :

- आपण समाजप्रिय प्राणी आहोत आणि अनेकांच्या अभ्यासातून हाच निष्कर्ष आला आहे. *सामाजिक संवाद नसणे* हेच हानिकारक आहे. पुरेसा सामाजिक संवाद नसणे हेही चांगले नाही. तुमच्या आयुष्यातील जुन्या व भविष्यातील स्नेहसंबंधांसाठी छोटेखानी संभाषणातून जलद प्रगती करणे यास अविश्‍वसनीय मूल्य आहे; परंतु आपण कोणाला भेटून अभिवादन करून संभाषणाचे टप्पे सुरू करण्यापूर्वी काही तयारी करणे आवश्यक आहे. सातत्याने उत्तम छोटेखानी संभाषण व परस्पर संवाद साधण्यासाठी आपण कशी पूर्वतयारी करू शकतो हे विविध प्रकारांतून दिसते.
- छोटेखानी संभाषण सुरू करण्यापूर्वी काही प्रकारे आपण पूर्वतयारी करू शकतो. दोन पर्याय तुम्ही कदाचित गृहीत धराल : शारीरिक व मानसिक. शारीरिक तयारी म्हणजे सामाजिक संवादासाठी आवश्यक तो मूड तयार करणे व परस्पर संवाद

प्रारंभ करण्यात पुढाकार घेणे. 'दहा सेकंदांचा सामाजिक संवाद' या बाबतीत असे करता येते. यामध्ये थोड्याच काळासाठी पण भरपूर प्रगती होते. थोड्या व लहान संभाषणाने सुरुवात करणे अशी यात संकल्पना आहे, यात अपेक्षा कमी असतात; पण तेथून पुढे प्रगती करायची असते. हे खूप सोपे व सुरक्षित आहे असे कालांतराने तुमच्या ध्यानात येईल – हे आनंददायक आहे असे तुम्हाला जाणवेल व अनेकदा असे वाटेल की संभाषण दहा सेकंदांच्या पुढे न्यावे.

- शारीरिक तयारीमध्ये मोठ्याने वाचन करून पूर्वतयारी करावी, येथे भावना व्यक्त करण्यात अतिशयोक्ती वापरावी व बदल करावेत. एक उतारा तीन वेळा मोठ्याने वाचा व लोकांना तुम्ही कसे ऐकू जाता यातील फरक जाणून घ्या. एक शिक्षक लहान मुलांना जसे वाचून दाखवितात तशा आविर्भावात वाचा. तुमच्या सर्व भावना, अभिव्यक्ती व आवाज टीपेला पोहोचवा. खूप चांगला प्रयत्न करा. याने तुमची पूर्वतयारी होणे अपेक्षित आहे तसेच तुमची अभिव्यक्ती सामान्यतः किती कमकुवत आहे याची तुम्हाला जाणीव होईल.
- याशिवाय आणखी एक मार्ग म्हणजे तुमच्यासंबंधीची व आयुष्यासंबंधीची सर्व माहिती सुसूत्रपणे समोर ठेवणे व यासाठी 'संभाषण सारांश' तयार करा. तुमच्या भूतकाळातील गोष्टींवर अवलंबून राहून तुमच्यामध्ये इतरांना उत्सुकता निर्माण होईल अशा गोष्टी शोधणे हा याचा उद्देश आहे. या सर्व गोष्टी तत्काळ आठवून लगेच वापरासाठी सांगू शकाल याची खात्री करा. आपण संभाषणात काय आणू शकतो या गोष्टी अनेकदा विसरल्या जातात व विषय कमी पडल्यामुळे ताण येतो व संभाषण टाळण्याकडे कल जातो.
- छोटेखानी संभाषण आपण सर्वांना नावडते आहे पण त्याचेही एक कार्य आहे. एखाद्याविषयी माहीत करून घेणे हे क्रमाक्रमाने

होते व आपल्याला सखोल माहिती हवी असल्यास मधल्या पायऱ्या गाळून चालत नाही. परस्पर संवादामध्ये चार पायऱ्या आहेत असे म्हणता येईल व छोटेखानी संभाषण ही पहिली पायरी आहे, त्यानंतर माहिती उघड करणे, नंतर मते व्यक्त करणे व त्यानंतर भावना उघड करणे. या क्रमात बदल करता येईल; पण छोटेखानी संभाषणाचे कार्य महत्त्वाचे आहे.

प्रकरण दुसरे

# प्राथमिक प्रभाव

बहुतांश लोक संभाषणामध्ये एकदम उडी घेत नाहीत. त्याऐवजी, ते प्रथम अंदाज घेतात. जर तुम्ही एखाद्यास पूर्वी कधीच भेटला नसाल, तर साहजिकच असे वाटते की, आपण हात राखून रहावे म्हणजे आपल्याला परस्पर संवादाची व्याप्ती व दिशा ठरविता येईल, आपल्याला ज्याची ओळख होत आहे, त्याच्याबद्दल जाणून घ्यावे म्हणजे आपण किती परिचित किंवा आरामशीर व्हावे हे ठरविता येईल.

उदाहरणार्थ, तुमच्या प्राथमिक शाळेतील गोष्ट आठवा. तुम्हाला असे कळले की, दुसऱ्या दिवशी एक बदली शिक्षक तुमच्या वर्गात येतील. तुमच्या नेहमीच्या शिक्षकाबद्दल तुम्हाला तिरस्कार नसेल, तर हा प्रसंग भीतिदायक आहे. नवीन शिक्षक किती कडक व निर्दयी आहेत हे माहीत नसल्याने अशी भीती वाटते व त्यांच्याबद्दल तुम्हाला माहिती होईपर्यंत तुमची वागणूक पुढील काही दिवस उत्तम ठेवावी लागणार. जर तुमची काही चूक झाली, तर नवीन शिक्षक पट्टीने फोडून काढणारे आहेत की पाणउतारा करून बोलणारे आहेत हे कोणास ठाऊक?

असे समजा की, दुसऱ्या दिवशी उत्तम दिसणारे बदली शिक्षक तुम्ही आठ वर्षांचे असले तरी मिस्टर किंवा मिस असे संबोधित

आहेत. त्यांनी तशी सुरुवात करायची ठरविले आहे; पण तुम्हाला ते योग्य वाटत नाही; पण समजा बदली शिक्षक शर्ट नीट न खोचता व सँडल्स घालून आले व वर्गातील मुलांना मित्रांनो असे म्हणू लागले तर काय होईल? यापैकी कोणती पद्धत चांगली हे मी सांगत नाही; पण प्रत्येक शिक्षकाने आपण कशी सुरुवात करीत आहोत हे काही उद्देशाने ठरविले आहे. ते विद्यार्थ्यांशी कसे वागणार आहेत व त्यांच्याशी तुम्ही कसे वागावे हे त्यांनी दर्शविले आहे.

संवादामध्ये व विशेषतः जेव्हा छोटेखानी संभाषणास प्रारंभ होतो, तेव्हाही आपण असेच दर्शवित असतो; पण आपल्याला त्याची जाणीव नसते. आपण दुसऱ्या व्यक्तीचा अंदाज घेत असतो व ती व्यक्तीही तुमच्या बाबतीत तेच करीत असते. तुमच्या वागण्या व बोलण्याची पद्धत ते पाहत असतात व त्यावरून तुम्हाला कशा प्रकारचा परस्परसंवाद आवडेल हे त्यांना समजते म्हणजे अपरिचित लोकांना, परिचितांना व मित्रांना तुम्ही कोणत्या प्रकारच्या शिक्षकासमान दिसता?

भेटणाऱ्या प्रत्येक व्यक्तीवर तुम्ही आपली एक छाप टाकीत आहात हे माहीत असल्याने जाणीवपूर्वक तुम्ही योग्य पद्धतीने प्रारंभ केला पाहिजे. तुम्ही कोणत्या प्रकारचे संदेश देत आहात? आपल्या उद्देशासाठी, समाधानी आणि परिचित वाटेल, असा संदेश पाठविणे आदर्श ठरेल. आपण पुढाकार घेणे हे कदाचित तुम्हाला सोईस्कर वाटत नसेल; पण अनेक वेळा पुढे काहीच घडत नाही.

आपण अपरिचितासारखे बोलून यशस्वी छोटेखानी संभाषणापासून स्वतःला दूर ठेवतो व आपण अद्याप मित्र नाही असे वागतो. जेव्हा लोकांना तुम्ही अपरिचितासारखे वागवाल, तेव्हा ते अपरिचितच राहतील. प्रारंभ करणे म्हणजे 'आपण आता मित्र आहोत' अशी मानसिकता तयार करणे, त्यांना मित्राप्रमाणे वागविणे.

## संभाषणाचा ओघ ठरवा

हे अनावश्यक वाटण्याचा धोका आहे; पण अगदी प्रथम पातळी म्हणजे औपचारिक व्यावसायिक भेटीगाठीच्या कार्यक्रमात जसे लोकांशी बोलता तसे न बोलता लगेच मित्रांशी बोलता तसे बोला. *मित्र नक्की कसे बोलतात?*

मित्र, परिचित व्यक्ती व जे झटकन मैत्री करतात ते कसे बोलतात यासंबंधी माझ्याकडे एक उपयुक्त हकिकत आहे. हे काही वर्षांपूर्वी घडले आहे व दुसरी व्यक्ती कोण होती याचा तुम्हाला कधीच अंदाज येणार नाही.

आम्ही एकमेकांना अभिवादन केले, कसे आहात हे विचारले व कामास सुरुवात केली. माझे ज्या व्यक्तीशी संभाषण चालू होते तिने काय म्हटले हे विशेष नाही तर तिची पद्धत विशेष होती. काहीही आडपडता न ठेवता तिच्या मनात जे आले ते तिने विचारले. हे खूप उत्साहवर्धक होते. कारण, बहुतांश वेळी दैनंदिन जीवनातील बडबड व गंमत साधारण सारखीच असते व काही ठोस किंवा औत्सुक्यपूर्ण गोष्टीकडे जाणारी नसते.

काही लोक उथळपणे एका विषयाकडून दुसऱ्या विषयाकडे जातात व संभाषणात खऱ्या अर्थाने गुंतत नाहीत; पण हा अनुभव त्याच्या अगदी विरुद्ध होता. आडपडदा नसणे म्हणजे संभाषण औत्सुक्यपूर्ण गोष्टींकडे जाते, त्यात भावना असतात व ते काहीसे अयोग्य असते.

*(अर्थात उत्तम विषय हे नेहमीच काहीसे अयोग्य किंवा प्रसंगानुरूप नसतात. अगदी अयोग्य असे विषय फारच कमी असतात – त्या विषयांबद्दल तुम्ही फक्त योग्य पद्धतीने बोला.)*

प्रसंगानुरूप राहण्यासाठी काही जण प्रत्यक्ष विषयाला न हात घालता अवांतर गोष्टी बोलतात; पण तसे न करता तिचे बोलणे उत्साहवर्धक

होते. सखोल व अवघड प्रश्न न घाबरता ती विचारीत होती, समजून घेण्यासाठी 'पण का?' असा प्रश्न तिने अनेकदा विचारला. अनेकदा इतर लोक टाळतील अशा ठिकाणी आमचे संभाषण गेले. मी काय म्हणत आहे याची मला जाणीव होईपर्यंत तिला काही वेळा प्रश्न विचारावे लागले.

तेथे आजमावणे किंवा निर्णय घेणे नव्हते, फक्त माझ्याबद्दलची खरी उत्सुकता ही त्या प्रश्नांमागील प्रेरणा होती. माझे खाजगी विचार सांगत असताना मी आरामात होतो. थोडक्यात म्हणजे छोटेखानी संभाषणाच्या अनेक पायऱ्या आम्ही गाळून टाकल्या. आम्ही एकमेकांबद्दल माहिती शोधत होतो व एकमेकांशी दीर्घकाळ परिचित असल्याप्रमाणे बोलत होतो. या पुस्तकाच्या आरंभी उल्लेख केलेल्या सुस्थिती व आनंदी वातावरणाशी सहसंबंध असलेल्या परस्पर संबंधाप्रमाणे हे होते.

हो तुमच्या लक्षात आले आहे... माझ्याशी संवाद साधणारी व्यक्ती *आठ वर्षांची* एक मुलगी होती. एका परिचिताकडे बारबिक्यू पार्टीमध्ये ती भेटली होती. आपण संवादाबद्दल खूप विचार केला, तर तो संवाद त्रासदायक होतो. आपण आपल्या डोक्यात विश्लेषण करतो, नियोजनाचा प्रयत्न करतो व आपल्याला काय सांगायचे हे निवडतो. यातून जे निष्पन्न होते ते खूपच औपचारिक होते व अतिविचाराकडे झुकते.

आपल्या डोक्यात कितीही औत्सुक्यपूर्णता व भावना असल्या तरी आपल्या मुखातून जे बाहेर पडते, ते अगदी निरस असते. नेहमीचे वापरातले व सुरक्षित असे विषय आपण घेतो. आपल्याला उत्साहित करणाऱ्या गोष्टी व गुपिते आपण शिल्लक ठेवतो. कारण, आपल्याला दुसऱ्या व्यक्तीस अस्वस्थ करायचे नसते किंवा आपण स्वतःबद्दल खूप जागरूक असतो.

मुलांना हा प्रश्न नसतो, त्यामुळे ते त्याचप्रमाणे प्रारंभ करतात, त्यामुळे जी मुले चौकस व समाजाभिमुख असतात त्यांच्याशी आपण वेगळ्या पद्धतीने वागतो. ते जसे प्रश्न विचारतात त्यानुसार आपण पुढे जातो. येथे नेहमीच तुम्हाला हा पर्याय उपलब्ध असतो. येथे मुद्दा असा आहे की, लहान मुलाप्रमाणे वागू नका किंवा विचारसुद्धा करू नका हे येथे स्पष्ट केले पाहिजे. आपण परस्परसंबंधात काही संदेश देत असतो आणि मुले काही विलक्षण संदेश देत असतात, त्यामुळे आपण मोकळेपणे बोलतो व हा परस्परसंबंध मजेशीर व करमणुकीचा होतो हे समजून घेतले पाहिजे.

काही गोष्टी शब्दशः घेऊ नका व फार गंभीर होऊ नका, आपण मित्रांशी जसे खेळीमेळीने व आरामात बोलतो तशीच वृत्ती ठेवा. तुमच्याविषयी लोकांना अंदाज येणे जरा कमी करा, अनपेक्षित व नेहमीपेक्षा वेगळी उत्तरे द्या. रहदारी कशी होती असे जर कोणी विचारले, तर अगदी तंतोतंत व वर्णनात्मक उत्तर देऊ नका. काहीतरी हकिकत तयार करा किंवा विरोधाभासाने बोला म्हणजे तुम्हाला जे सांगायचे आहे त्याच्या विरुद्ध बोला (थोडक्यात म्हणजे टोमणा मारा). भाषेचा चांगला उपयोग करा, म्हणी व वाक्प्रचारांचा वापर करा. तुमचे वाहन म्हणजे तुमचा रथ आहे, एल्टन जॉनच्या गॉगलप्रमाणे सूर्य तळपत आहे व संत्रे एक ट्रकभर साखरेएवढे गोड आहे.

अशा प्रकारे थोडीशी अतिशयोक्ती करून तुम्ही वातावरण हलकेफुलके करू शकता. हास्यास्पद विधान करा किंवा लोकांचे चित्त वेधले जाईल व तुम्ही काय म्हणता याकडे ते लक्ष देतील असे काहीतरी सांगा. डॉक्टरांच्या तणावपूर्ण भेटीच्या वेळी छोट्या मुलाकडे पाहून मख्ख चेहऱ्याने 'दत्तक घेण्यास आता खूप उशीर झाला आहे का?' असे विचारून मुलाचे वडील सर्वांचा मूड हलका करू शकतात.

एखाद्या परिस्थितीचा हास्यास्पद असा मुद्दामच चुकीचा अर्थ लावणे परिणामकारक ठरू शकेल. मला मुले आवडतात असे जर कोणी म्हणाले, तर तुम्ही तेथे वेगळे काहीतरी बोलू शकता.

लोकांना आयुष्यातील नेहमीच्या रटाळ गोष्टींमधून बाहेर काढण्यासाठी काही काल्पनिक प्रश्न विचारा किंवा एखादी मजेशीर भूमिका घ्या. समजा, तुम्ही ग्रंथालयात आहात व कोणाची तरी पेन्सिल घरंगळत तुमच्याकडे येते. तुम्ही ती पेन्सिल पकडा व तिला रागावत आहात असे नाटक करा; पण वाईट वाटून घेत ज्याची पेन्सिल आहे त्याच्याकडे बघून म्हणा, 'मला खरंच वाईट वाटते की, तुम्ही तुमच्या पेन्सिलीला आवडत नाही.'

व्यंग करणे किंवा टोमणा मारणे हे अजून एक साधन आहे. डीएमव्हीमध्ये तुमचा दिवस कसा गेला असे एखाद्या परिचिताने विचारले, तर मोठे स्मित करून सांगा, 'अतिशय उत्तम! तुम्ही तेथे मुद्दाम गेला का? त्या महागड्या हॉटेलमध्ये वर्षातील या वेळी अडकून पडणे खूप सुंदर आहे.'

काही वेळा तुम्ही दोघे ज्या परिस्थितीमध्ये आहात त्याकडे मुद्दाम लक्ष वेधणे ही मैत्रीची भावना निर्माण करू शकते. चौथी पायरी ओलांडल्यावर नक्की काय चालू आहे याबद्दल तुम्ही बोलता किंवा तुमचे जे संभाषण चालू आहे त्याबद्दल बोलता. 'हे थोडेसे अवघडल्यासारखे आहे ना' असे विचारल्यावर अनेक कठीण संभाषणे पुनरुज्जीवित होतात. कल्पना केली नसताना काही कारणाने जर तुम्ही २० मिनिटे छातीवरील केसांच्या फायद्याबद्दल बोलत असला, तर ही स्वतःला मारलेली कोपरखळी आहे असे म्हणू शकता.

नाहीतर तुम्ही मित्र म्हणून कसे वागता? येथे काही बहाणा नाही, तुमच्या मनात जे आहे ते तुम्ही बोलता, तुमच्या भावना व्यक्त करता

व उत्सुकतेने काही सखोल माहिती मिळेल असे प्रश्न विचारता. पुढील खेपेस जेव्हा तुम्ही मित्रमंडळींसह असाल, तेव्हा स्वस्थ बसा व तुमच्या समोरील परस्परसंवादाचे विश्लेषण करा. लोक एकमेकांशी कसे संबंध ठेवत आहेत, प्रत्येक जण कशा प्रकारचे प्रश्न विचारत आहे आणि तुम्ही एकमेकांबरोबर आरामात व परिचित आहात याचे संकेत काय आहेत?

याशिवाय कोणत्या विषयांवर चर्चा होत आहे याकडे पूर्ण लक्ष द्या. या आधीच्या प्रकरणात दिलेल्या छोटेखानी संभाषणाच्या टप्प्यांप्रमाणेच त्यांच्यात संवाद होत आहे हे लगेच तुमच्या ध्यानात येईल. त्यांच्या आयुष्यातील काही गोष्टी किंवा मजेशीर घटना सांगितल्या जातील. त्यानंतर लोक आपली मते व्यक्त करतील, एकमेकांची मते जाणून घेतील व आणखी खोलात जाऊन त्या मतांचा भावनांवर काय परिणाम होत आहे हे व्यक्त करतील.

आपण इतरांसमोर कसे जातो, याबद्दल काही वेळा सावध व काळजीपूर्वक पवित्रा घ्यावा लागतो; परंतु असे प्रसंग आपल्या आयुष्यात अनेक वेळा येत नाहीत. आतापर्यंतच्या या प्रकरणातील भागातून असे ध्यानात येते की, आपण संभाषणास प्रारंभ करण्यास सक्षम आहोत; पण आपल्यापैकी बहुतांश लोक त्यामुळे स्वतःचे नुकसान होईल अशा पद्धतीने ते करतात – परंतु थोडा प्रयत्न करून आपल्याला यात बदल करणे शक्य आहे.

## पहिली चाल करा

आपण गप्पा मारण्यास तयार आहोत. अर्थातच मी संभाषणास प्रारंभ करण्यातील अडसर दूर करण्याबाबत बोलत आहे. आपण दुसऱ्यावर छाप पाडण्याचा प्रयत्न करीत असतो, तेव्हा आपल्यापैकी बहुतांश लोक अशी कल्पना करतात.

स्पष्ट सांगायचे, तर काय सांगायचे आहे हे आपल्याला माहिती नाही, असे नाही, आपल्याला काय म्हणायचे आहे ते सांगण्याचा अगदी सरळ मार्ग आपल्याला माहिती आहे. आपण फक्त विचारावे, त्यामुळे संभाषणातील अडसर दूर करण्याचा सर्वांत सोपा व सरळ मार्ग म्हणजे 'हॅलो' म्हणा व स्वतःचे नाव सांगा. हे फारसे उपयोगाचे नाही. कारण, इतके झटकन बोलणे आपल्यापैकी अनेकांना अवघड वाटते, त्यामुळे आपल्याला काय हवे आहे हे वेगळ्या मार्गाने साध्य करण्यासाठी येथे काही धूर्त डावपेचांची आवश्यकता उत्पन्न होते.

आपल्याला अवघडल्यासारखे वाटण्याची अनेक कारणे आहेत. ती सर्व एकत्रित स्वरूपात सांगणे म्हणजे आपण लोकांना मध्येच थांबवीत आहोत किंवा त्यांची गैरसोय करीत आहोत असे वाटणे. संभाषण सुरू करण्यातील प्रारंभीचा अडसर दूर करणे इतकी सोपी गोष्ट असली तरी तो दूर करण्यात आपल्याला अडचण येते कारण 'त्यांना काय वाटेल' किंवा 'असे झाले तर...' असे विचार आपल्या डोक्यात असतात.

*अवघडलेपण टाळण्यासाठी मी काय सांगू शकतो? जर मी त्यांना मध्येच थांबवित असेन तर? मी मूर्ख आहे असे त्यांना वाटेल का? जर ते कामात असतील तर? मी काय म्हणावे? मी काय म्हणू शकतो?*

समजा आपण एका अपरिचिताशी बोलत आहोत किंवा दोन व्यक्ती बोलत असताना आपण मध्येच धडकलो, आपल्याला अशी भीती असते की :

- मी विचित्र आहे असे त्यांना वाटेल.
- मी मध्ये घुसत आहे असे त्यांना वाटेल.
- मी उद्धट आहे असे त्यांना वाटेल.

- ते चिडतील.
- जर त्यांना काही खाजगी बोलायचे असेल तर?
- आधीच ते माझा तिरस्कार करीत असतील तर?

ही भीती खरी नसली तरी फरक पडत नाही, ती खरी आहे असा आपण विचार करतो व त्यामुळे संभाषणातील अडसर दूर करण्यातील उपायांना प्रतिबंध करतो. ओळख करून देताना आपल्याबद्दल आपण जे विचार केलेले असतात किंवा आपण जे गृहीत धरले असते, त्यावर मात करण्यासाठी काही डावपेच शोधणे आवश्यक आहे.

मग आता संभाषणाच्या प्रारंभीचा अडसर दूर करणे तुम्हाला सोपे कसे वाटेल? थोड्याशा वेगळ्या मार्गाने केल्यास ते सोपे वाटेल. वेगळ्या शब्दांत सांगायचे म्हणजे एखाद्याशी बोलण्यासाठी काही निमित्त आपण शोधले पाहिजे, असे निमित्त आपल्याकडे असले, तर दोघांच्या मध्ये जाऊन बोलणे किंवा अपरिचितांशी बोलणे एकदम सोपे होते.

तुम्ही खूप लाजरे व भित्रे आहेत असे समजा. कोणत्याच प्रकारचा सामाजिक संपर्क तुम्ही टाळता; परंतु तुम्ही जर पूर्णपणे रस्ता चुकलेला असाल व खूप दमलेला असाल, तर कसे जायला पाहिजे हे कोणाला तरी विचारण्यात तुम्हाला काही अडचण येईल का? तुम्हाला शंका आहे आणि आवश्यकता आहेच म्हणून नाही. बोलणे आवश्यक आहे असे वाटण्याचे तुमच्याकडे सक्तीचे कारण आहे, त्यामुळे आपल्याबद्दलचा त्यांचा समज या तुमच्या भीतीवर मात केली जाईल. वेगळा मार्ग म्हणजे येथे वरील संदर्भ लागू पडतो. तुमच्याकडे कोणाशी तरी बोलण्यासाठी प्रत्यक्षात एक कारण आहे आणि आपण जेव्हा आपल्यासाठी असे कारण निर्माण करतो, तेव्हा आपण बोलण्यासाठी स्वतःला सहज पटवू शकतो. इतर प्रसंगी याला

तुम्ही 'वाजवी किंवा प्रशंसनीय अस्वीकार्यता' अशी भावना म्हणू शकता – येथे कोणाकडे जाऊन संभाषण सुरू करण्यास तुमच्याकडे वाजवी कारण आहे *त्यामुळे तुम्ही उद्धट किंवा विचित्र आहात असे कोणालाही वाटणार नाही. खरे म्हणजे त्यांना तसे वाटले, तर ते उद्धट किंवा विचित्र आहेत.*

म्हणून आता संभाषणास प्रारंभ करण्यातील अडसर दूर करण्याच्या तीन आडवळणाच्या पद्धती सांगतो, त्यामुळे तुम्हाला सोयीस्कर वाटेल. कारण, फक्त संभाषण सुरू करण्याच्या उद्देशाने तुम्ही कोणाकडे जात नाही आहात. या लढाईतील सर्वांत महत्त्वाचा भाग म्हणजे संभाषणाच्या प्रारंभीचा अडसर दूर करणे हे स्वीकारण्याजोगे करणे – 'काय म्हणायचे आहे हे मला माहीत नाही', यापेक्षा, 'मला खात्री वाटत नाही किंवा अवघडल्यासारखे वाटते' हा मुद्दा येथे आहे. खूप दमल्यावर कोणता रस्ता घ्यावा हे विचारत असताना या सर्व काळज्या दुय्यम ठरतात हे आठवा.

संभाषणातील अडसर दूर करण्यासाठी आडवळणाची पहिली पद्धत म्हणजे *वस्तुनिष्ठ माहिती* किंवा *व्यक्तिनिष्ठ मत* विचारणे. हे अगदी योग्य व महत्त्वाचे प्रश्न असतील व त्यामुळे अपरिचिताशी बोलणे आवश्यक ठरेल. तुम्ही ज्यांना प्रश्न विचारीत आहात त्यांना उत्तर माहीत आहे की नाही यामुळे फरक पडत नाही, संवादास प्रारंभ करण्याचा तो एक मार्ग आहे. तसे पाहता, तुम्हालाही उत्तर माहिती नसेल तरी काही फरक पडत नाही.

- मला माफ करा, भाषणांना किती वाजता सुरुवात होणार आहे हे तुम्हाला माहिती आहे का?
- सर्वांत जवळचे स्टारबक्स कोठे आहे हे तुम्हाला माहीत आहे का?

- कंपनीच्या प्रमुख कार्यकारी अधिकाऱ्याच्या भाषणाबद्दल तुम्हाला काय वाटते?
- येथील जेवण तुम्हाला आवडते का?

पहिली दोन उदाहरणे वस्तुनिष्ठ माहितीच्या चौकशीची आहेत, तर दुसरी दोन व्यक्तिनिष्ठ माहिती विचारणारी आहेत.

संभाषणातील अडसर दूर करणारा दुसरा आडवळणाचा प्रकार म्हणजे आजूबाजूची परिस्थिती, काही संदर्भ किंवा विशिष्ट परिस्थितीबद्दल विचारणे. एखादे निरीक्षण व्यक्त करणे यासारखे ते अगदी साधे असू शकते. तुम्ही स्वतःशी मोठ्याने विचार करीत आहात व इतरांना उत्तर देण्यास उद्युक्त करीत आहात अशी कल्पना करा.

- भिंतीवरील तो कलेचा नमुना तुम्ही पाहिला आहे का? किती वेडसर कल्पना आहे.
- येथील रोषणाई खूप सुंदर आहे. त्याची किंमत माझ्या घरापेक्षा जास्त आहे असे मला वाटते.
- गाणी वाजविण्याचे नियोजन करणारी ही व्यक्ती खूपच आश्चर्यकारक आहे. सर्वच गाणी १९८०च्या दशकातील रॉक प्रकारातील आहेत.

ही सर्व विधाने केलेली आहेत, हे प्रत्यक्ष प्रश्न नाहीत. तुम्ही त्यांना संवादात सहभागी करून घेण्याऐवजी तुम्ही जे विधान केले आहे, त्यावर टिप्पणी करण्याचे आमंत्रण तुम्ही कोणाला तरी देत आहात. त्यांनी प्रतिसाद दिला नाही तरी काही बिघडले नाही, काही चूक नाही. उत्तर मिळण्यासाठी तुम्ही त्यांच्यावर वजन टाकीत नाही व उत्तराची तुम्हाला अपेक्षा आहे असेही नाही.

संभाषणातील अडसर दूर करण्यासाठी तिसरी आडवळणाची पद्धत म्हणजे तुम्हा दोघांमधील एखाद्या समान गोष्टीसंबंधी बोलणे. उदाहरणार्थ, आपला मित्र जॅक याच्या घरी आपण दोघे का आहोत? भेटीगाठींच्या या परिषदेत तलाहासीमध्ये येण्याचा आपल्या दोघांचा उद्देश काय आहे? आज सकाळी डीएमव्ही मध्ये यावे लागले यामागचे आपल्या दुर्भाग्याचे काय कारण आहे?

- येथे तुम्ही कोणाला ओळखता?
- तुम्हाला जॅक कसा काय माहीत?
- आपल्या कुत्र्याबरोबर स्कीईंगसाठी तो किती वाजता गेला हे जॅकने तुम्हाला सांगिलते आहे का?

या समान गोष्टी म्हणजे संभाषण सुरू करण्यासाठी तत्काळ उपलब्ध असलेले विषय. संभाषण प्रारंभ करण्यासाठी आडवळणाने विचारलेले हे प्रश्न म्हणजे काही फार मोठे शास्त्र नाही; पण त्यांचे महत्त्व तुम्हाला कोणाबरोबर तरी संवाद सुरू कण्यासाठी समाधान असणे व ते मिळावे यासाठी आहे. कारण, संवादास प्रारंभ करणे ही तुमची खरी अडचण आहे. कोणासमोरही जाऊन त्यांच्याशी हस्तांदोलन करणे तुम्हाला कालांतराने सहज जमेल; पण सध्या तरी येथे सुरुवात करा.

## समान गोष्टी शोधा

अगदी अलीकडच्या भेटीगाठींच्या कार्यक्रमात जेव्हा तुम्ही एखाद्या अपरिचित व्यक्तीस भेटला ते आठवा. सर्वप्रथम तुम्ही कोणत्या विषयावर बोलला? तो कदाचित पुढीलपैकी एक असावा :

- तुम्ही कोठून आला आहात?
- येथे तुम्ही कोणाला ओळखता?

- आठवड्याची अखेर तुम्ही कशी घालविली?
- तुम्ही कोणत्या शाळेत शिकलात?
- तुम्ही काय करता?
- तुम्ही येथून खूप दूर राहता का?

छोटेखानी संभाषणांचे हे नेहमीचे विषय आहेत, आपण ते लगेच विचारतो, संभाषणाच्या प्रारंभातील अडसर दूर करण्यासाठी हे काही उत्तम प्रश्न आहेत असे नाही. तुम्हाला माहीत आहे की अडसर दूर करण्यासाठी हे भयंकर प्रश्न आहेत व लोकांना त्यामुळे लगेच कंटाळा येईल. या प्रश्नांना समोरील व्यक्तीच्या देहबोलीवरून कदाचित नकारात्मक प्रतिसाद तुम्हाला आला असेल.

प्रत्यक्षात हे प्रश्न आपण सहजप्रवृत्तीने विचारतो. कारण, आपल्याला समान गोष्टी शोधायच्या असतात. 'मीसुद्धा' अशा उत्तराचा क्षण पुढील सखोल संभाषणाची नांदी ठरतो व तुमची प्रारंभीची छाप सुधारते. उदाहरणार्थ, तुम्ही कोणत्या शाळेत/विद्यापीठात शिकलात याचे उत्तर आपण जेथे शिकलो तेच ठिकाण असावे किंवा जेथे दोघांचेही मित्र आहेत ते ठिकाण असावे अशी आपल्याला आशा असते. पुढचा स्वाभाविक प्रश्न थोडा बदलून असतो, 'अरे वा! हे जग खरेच किती छोटे आहे. तुम्हाला जेम्स टेलर माहिती आहे का? तुम्ही जेव्हा शिकत होता त्याच सुमारास तो पण तेथे होता.'

आपण नेहमी समान गोष्टी शोधत असतो हे आपल्याला हे जाणवत नाही आणि समान गोष्टींमुळे मैत्रीचा प्रारंभ होतो. जवळीक, समाधान व मोकळेपणा निर्माण होतो. आपल्या मित्रांबरोबर भावना व्यक्त करतो, तेव्हा जसे वाटते तसेच समान गोष्टींमुळे वाटते व त्या वाटण्यामुळे आपला संपर्क लगेच अनेक पटीने वृद्धिंगत होतो.

कोणत्याही प्रकारची पार्श्वभूमी असलेल्या व कोठूनही आलेल्या लोकांबरोबर आपण मोकळेपणे वागू शकतो असा विचार करणे तुम्हाला आवडेल; परंतु वस्तुस्थिती अशी आहे की, जे लोक आपल्यासारखे असतात त्यांच्या बरोबर आपले चांगले जमते. खरी गोष्ट अशी आहे की, आपण त्यांचा शोध घेत असतो.

याच स्वभाववैशिष्ट्यामुळे 'लिट्ल इटली', 'चायनाटाऊन 'कोरिआटाऊन' अशा वसाहती तयार होतात; पण मी फक्त वंश, त्वचेचा रंग, धर्म किंवा स्त्री-पुरुष अभिमुखता यांच्याबद्दल बोलत नाही. ज्या लोकांची मूल्ये आपल्यासारखी आहेत, जगाकडे पाहण्याचा दृष्टिकोन आपल्यासारखाच आहे व अनेक गोष्टींबद्दल मते सारखी आहेत अशा लोकांबद्दल बोलत आहे. ज्या पक्ष्यांची पिसे एकसारखी असतात ते एकत्र असतात अशा अर्थाची एक म्हण इंग्लिशमध्ये आहे. हा सगळीकडे आढळणारा मानवी कल आहे व ज्या प्रकारे आपल्या प्रजाती वाढलेल्या आहेत, त्यामध्ये याचे मूळ आहे. अत्यंत थंड प्रदेशातून किंवा जंगलातून मार्गक्रमण करताना आपल्याला जे परिचित नाही व परके आहे ते आपण टाळतो. कारण, तुम्हाला ठार मारण्याचा त्याचा मानस असण्याची दाट शक्यता असते.

समान गोष्टींमुळे आपण इतर लोकांबरोबर जास्त चांगला संबंध स्थापित करू शकतो. कारण, ते आपल्याला जास्त प्रमाणात समजू शकतील असा आपण विचार करतो. एक जरी समान गोष्ट असेल तर अनेक प्रकारचे सकारात्मक वैशिष्ट्य त्यापाठोपाठ येते. ते आपले समकालीन आहेत अशा दृष्टीने आपण पाहतो, आपलाच विस्तारित भाग आहे असे नक्कीच वाटते. जेव्हा एखादी व्यक्ती आपल्याच पातळीवर असेल, तेव्हा तिच्याशी संपर्क साधावा असे तुम्हाला वाटते. कारण, इतर अनेकांपेक्षा कदाचित ते तुम्हाला जास्त चांगले समजून घेऊ शकतील.

दक्षिण आफ्रिकेमधील एका लहान खेड्यात तुमचा जन्म झाला आहे अशी कल्पना करा. त्या खेड्याची लोकसंख्या ९०० ते १००० दरम्यान आहे. सध्या तुम्ही लंडनमध्ये राहत आहात व एका मित्राकडे पार्टीसाठी गेला आहात. त्याच लहान खेड्यातील कोणाला तरी तुम्ही भेटता. ती व्यक्ती आठ वर्षांनी तुमच्यापेक्षा मोठी आहे, त्यामुळे तुमची व तिची भेट पूर्वी कधीच झालेली नाही.

त्या व्यक्तीबद्दल लगेच किती आपुलकीची भावना तुमच्या मनात येईल आणि त्यांच्याबद्दल तुम्ही काय कल्पना कराल? त्यांच्याशी संपर्क साधण्यास तुम्ही किती उत्सुक असाल आणि भविष्यकाळात त्यांच्याबरोबर जास्त वेळ घालविण्यास किती उत्सुक असाल? इतर कोणाबरोबर न बोललेले किती स्थानिक विनोद व विशिष्ट गोष्टी यांबद्दल चर्चा कराल?

या उदाहरणावरून समान गोष्ट किती महत्त्वाच्या आहेत व त्यांच्यामुळे संवादासाठी संपर्क कसा साध्य होतो हे तुमच्या ध्यानात आले असेल अशी आशा करतो. आधी सांगितल्यानुसार छोटेखानी संभाषणातून आपण समान गोष्टी शोधण्याचा प्रयत्न करतो; परंतु त्यापेक्षा चांगले व जास्त परिणामकारक मार्ग समान गोष्टी शोधण्यासाठी उपलब्ध आहेत. उदाहरणार्थ, आपण नेहमी समान गोष्टींच्या *शोधात* असावे किंवा त्या शोधण्याची संधी *निर्माण* करावी. त्या दोन्हींसाठी प्रयत्न व पुढाकार आवश्यक आहे. आपण प्रथम समान गोष्टी शोधण्यासंबंधी बोलू या.

समान गोष्टींचा *शोध घेण्यासाठी* चौकशीच्या मार्गे माहिती घेणारे प्रश्न लोकांना विचारून त्यांच्या उत्तरातून कितीही लहानसहान समान गोष्टी समोर आल्या तरी चालेल; पण त्यांच्या आधारावर संबंध दर्शवा. लोक कसे आहेत, त्यांच्या आवडी काय आहेत, त्यांचे विचार काय आहेत असे प्रश्न विचारा. त्यानंतर आपल्याबद्दलच सखोल विचार करून प्रथम आवडता बेसबॉल खेळाडू, दारू असलेले

पेय अशा काही लहान समान गोष्टी आहेत का हे पाहा. या लहान गोष्टींमधून त्यांना उत्साहित करणाऱ्या गोष्टी कोणत्या आहेत हे समजेल व त्यावरून पुढे जाऊन अधिक किंवा मोठ्या समान गोष्टी शोधा की, ज्यामुळे लगेच जवळीक वाढेल. दक्षिण आफ्रिकेमधील लहान खेड्यातील व्यक्तीस भेटून तुम्हाला जसा आनंद झाला तसाच आनंद तुमचा जो आगळावेगळा छंद आहे तोच त्या व्यक्तीचाही आहे हे समजल्यावर होईल.

या गोष्टींसाठी काही महिने किंवा वर्षे लागत नाहीत अथवा एकत्र पायाभूत सैनिकी प्रशिक्षण घेतले आहे, अशा विशिष्ट परिस्थितीची आवश्यकताही नाही. तुम्ही फक्त आपल्यातून बाहेर दृष्टी टाकली, तर ध्यानात येईल की, लोकांच्या वृत्ती, अनुभव व भावना समान असतात – तुम्हाला त्या फक्त शोधायच्या आहेत. साहजिकपणे प्रश्न विचारण्याची सवय करा, तुम्ही नेहमी विचाराल त्यापेक्षा सखोल माहिती घेणारे प्रश्न विचारा. (ओळीने पाच प्रश्न विचारणे तुम्हाला अवघड आहे का? तसे असू नये.) प्रारंभी कदाचित असे वाटेल की, तुम्ही थोडे आक्रमक आहात. समान अनुभव काय आहेत हे शोधा व त्यांचा उपयोग करा.

नोकरीच्या मुलाखतीमध्ये जसे अनेक उथळ विषयांवर प्रश्न विचारतात त्याऐवजी प्रत्येक विषयात काही भागात संपर्कासाठी समान धागा शोधा. प्रारंभीच्या विषयानंतर थांबू नका. जर कोणी म्हणाले की, त्यांना बेसबॉल खेळ प्रिय आहे, तर एका मोठ्या काठीने चेंडू तडकावणे त्यांना एवढे का आवडते हे समजून घेण्याचा प्रयत्न करा. समजा, बेसबॉलची आवड त्यांना त्यांच्या वडिलांमुळे निर्माण झाली आहे व त्यांच्याशी त्या व्यक्तीचा नातेसंबंध खूप घनिष्ठ आहे, तर तुमचाही आपल्या वडिलांबरोबरचा घनिष्ठ संबंध ही समान गोष्ट आहे. ही खूप प्रबळ समान गोष्ट आहे. बहुतांश वेळा समान गोष्टी शोधणे हे सहज जमेल.

ज्या समान गोष्टी आहेतच त्यांच्याशिवाय काही प्रकाराने समान गोष्टी *निर्माण* करण्याच्या संधी तुम्ही निर्माण करू शकता - प्रथम त्यांची देहबोली, आवाज, बोलण्याचा वेग व एकंदरच त्यांचे दिसणे याची नक्कल करणे. याला *प्रतिबिंबित होणे* म्हणतात व याचा प्रयोग केल्यास सकारात्मक भावना तयार होतात, असे संशोधनाद्वारे सिद्ध झालेले आहे (अँडरसन १९९८). साम्य आहे अशी भावना निर्माण करण्यासाठी इतरांशी साम्य दिसेल या पद्धतीने त्यांच्या लकबी व हावभाव यासह स्वतःचा जामानिमा तयार करा.

त्यांचे शब्द, आवाजातील चढ-उतार व लकबी यांचे प्रतिबिंब तुम्ही होऊ शकाल; परंतु पूर्णपणे त्यांच्यासारखे दिसणे एवढ्यापुरतेच हे मर्यादित नाही हे ध्यानात ठेवा. त्याऐवजी तुमची मूल्ये समान आहेत व तुम्ही घनिष्ट संबंध प्रस्थापित करू शकता, असा संदेश त्यांना गेला पाहिजे.

तुम्ही शारीरिक संदेश, हावभाव व वागण्याची पद्धत प्रतिबिंबित करू शकता. जर कोणी बोलताना खूप हावभाव करीत असेल, तर तुम्हीही तसे करा. तसेच, जर कोणाच्या देहबोलीमध्ये अनेकदा वाकणे व हाताची घडी घालणे समाविष्ट असेल, तर त्यानुसार तुम्हीही करा. बोलण्यातील त्यांचे शब्द व अभिव्यक्ती, आवाजातील चढउतार, वळण, शब्दांची निवड, अपशब्द, शब्दसंपदा, भावना व्यक्त करण्याची पद्धत, उत्साहित होणे व ऊर्जा प्रतिबिंबित करा. यामुळे लोक तुम्हाला लक्षपूर्वक ऐकतील, अंतर्मनात सुखावतील व तुम्ही परिचित आहात असे त्यांना वाटून लवकर जवळीक साधली जाईल.

समान गोष्टी शोधण्याचा दुसरा मार्ग म्हणजे स्वतःबद्दलची भरपूर माहिती देणे व काही गोष्टी सविस्तरपणे सांगणे - कदाचित तुम्ही नेहमी एवढी माहीत देत नसाल.

### *तुम्ही गेल्या महिन्यात काय केले?*

पहिले विधान : *गेल्या महिन्यात तुम्ही स्कीईंगसाठी गेलात.*

दुसरे विधान : *गेल्या महिन्यात तुम्ही आपल्या दोन भावांबरोबर स्कीईंगसाठी गेला होता आणि तुमचे पाय जवळ जवळ मोडलेच होते; पण देवदयेने तुम्हाला नृत्याची जाण असल्याने गंभीर दुखापतीपासून तुम्ही स्वतःला वाचवू शकलात.*

यापैकी कोणत्या विधानाशी संबंध येऊन समान गोष्ट सापडणे शक्य आहे? अर्थातच दुसऱ्या विधानामध्ये, कारण त्यात पहिल्यापेक्षा चार पट जास्त माहिती आहे. जर इतरांबरोबर संबंध जोडणे तुम्हाला कठीण जात असेल, तर तुम्ही आपल्यासंबंधी काही माहिती न देता समान गोष्टी शोधण्याचा प्रयत्न करीत आहात.

### *तुमचा आठवडा कसा आहे?*

*पहिले विधान : या आठवड्यात खूपच व्यस्त असणार आहे.*

दुसरे विधान : *खूपच गडबडीचा असणार आहे. माझी सासू येणार आहे त्यामुळे खूप 'मजा' येईल. मला एका पार्टीसाठी जायचे आहे, त्याच्यासाठी एक मद्य व फळे यांचे रसमिश्रित शीतमधुर पेय व आइस्क्रीम केक शोधायचा आहे.*

जर एवढी सविस्तर माहिती देणे तुम्हाला सहज वाटत नसेल, तर कदाचित संवादातील तुमच्या भागीदारास तुम्ही पुरेसे खाद्य देत नाही व जेव्हा संभाषणाचा चेंडू तुमच्याकडे टोलविला जातो, तेव्हा तो तुम्ही खाली सोडून देता. शांततेच्या अवघडलेल्या क्षणांचे कारण तुम्हीच असू शकाल. कारण, समोरील व्यक्तीस संवादात साद व प्रतिसाद अपेक्षित असतात; पण त्यांनाच सर्व शोधाशोध करावी लागते व काय चुकत आहे याबद्दल तुम्ही आश्चर्य करीत राहता.

वेगळ्या शब्दात सांगायचे म्हणजे हे जे अवघडल्यासारखे वाटते त्याची सवय करून घ्या. कारण, तुम्हाला त्याच्यावर मात करायची आहे.

समान गोष्टीचा शोध व समान गोष्टी शोधण्यासाठी संधी निर्माण करणे याव्यतिरिक्त दोघांचीही *नावडती गोष्ट* यामुळेही तुमची जवळीक होऊ शकते. संभाषण काही वेळा सकारात्मक राहत नाही व तुम्हाला दोघांनाही न आवडणाऱ्या गोष्टींच्या तक्रारींकडे तुमच्या संभाषणाची गाडी वळते हे तुम्हाला कधी जाणवले आहे का? सोप्या पद्धतीने सांगायचे तर दोघांनाही *आवडणाऱ्या* गोष्टींपेक्षा *न आवडणाऱ्या* गोष्टींमुळे दोघांमध्ये जास्त उत्साह निर्माण होतो.

उदाहरणार्थ, तुम्ही दोघे एकाच उपाहारगृहात गेला होता, तेथे एकाच वेटरने तुम्हाला पदार्थ आणून दिले व तुम्ही दोघे त्याचा तिरस्कार करता. अशा संभाषणाकडे दुर्लक्ष होणे सहज शक्य असते. कारण, नकारात्मक गोष्टींबद्दल बोलणे योग्य नाही असे लोकांना वाटते; परंतु नकारात्मक गोष्टीबद्दल बोलणे वाईट नाही. कारण, तीसुद्धा इतर भावनांप्रमाणेच एक भावना आहे व तुमच्या संवादामध्ये जेवढ्या जास्त भावना तुम्ही निर्माण कराल, तेवढी तुमची छाप जास्त पडेल.

तुमची मते, दृष्टिकोन, भावना किंवा आवडीनिवडी यांबद्दल बोलून सुसंवाद होणे हे शेवटी महत्त्वाचे आहे. या गोष्टी सकारात्मक असो की नकारात्मक, कोणत्या तरी गोष्टीवर एकमत होणे हा उद्देश आहे.

## संबंध निर्माण करा

मैत्रीचे वातावरण निर्माण करण्यासाठी तुम्ही पूर्वतयारी केली आहे, पुढाकार घेतला आहे व काही किरकोळ समान गोष्टी पण शोधल्या आहेत तरीही काही वेळा फार जवळीक होत नाही. काही लोक संवाद न साधण्याच्या वृत्तीचे असतात. त्यांच्याशी संभाषण म्हणजे काही कारण नसताना भिंतीशी बोलण्यासारखे आहे. अगदी साधा

प्रश्न विचारला तरी ते उत्तर देण्याचे टाळतात, आक्षेप घेतात किंवा एखाद्या शब्दात उत्तर देतात. काहीही असले तरी संभाषणास येथे पूर्णविराम मिळालेला आहे.

दुर्दैवाने ती व्यक्ती अपरिचितांशी वागावे तसे वागत आहे व तुमच्यापासून अंतर राखून आहे, आपल्याकडून असे होणार नाही याची आपण खात्री करून घेत असतो. याची कारणे वेगवेगळी असतील; पण त्यांचा तुमच्याशी संबंध नाही. याशिवाय, त्यावर आपले नियंत्रण नसते. ते ठीक आहे, या प्रकारच्या संबंधांवर मात करण्याचे मार्ग आहेत (जर तुमच्याशी संबंध प्रस्थापित करायची त्यांची तयारी आहे याची तुम्हाला खात्री असेल, तर याच्या उलट तुम्हाला थंड प्रतिसाद देऊन त्यांना एकटे राहायचे असू शकेल). या ठिकाणी काहीही हाताशी नसताना किमानपक्षी तुम्हाला ज्याच्याशी संवाद साधायचा आहे तो जे काय थोडेथोडके उत्तर देत असेल त्यातून तुम्ही संबंध निर्माण करण्यासारखे आहे.

माहिती काढून घेण्याची सवय येथे उपयोगी पडते. संभाषणाची एक विशिष्ट पद्धत आहे ज्यामध्ये अशा प्रकारे प्रश्न विचारले जातात की लोकांना माहिती देण्याची व बोलण्याची प्रेरणा मिळते. फेडरल ब्युरो ऑफ इन्व्हेस्टीगेशन (एफबीआय) यांनी सखोल चौकशी करण्यासाठी ही पद्धत प्रथम तयार केली; पण उद्योग जगतातील गुप्तहेरांनी प्रतिस्पर्ध्यांबद्दलची गुप्त माहिती मिळविण्यासाठी ती अवलंबिली.

याचा उगम कोठे झाला आहे हे समजल्यावर कदाचित तुम्ही थांबाल; पण हे सर्व तंत्र चांगल्या व वाईट दोन्ही उद्देशाने वापरता येते. पद्धती तशा तटस्थ आहेत व मनुष्याच्या मानसिकतेमध्ये डोकावण्यामुळे काय साध्य होते त्याबद्दलच्या आहेत.

माहिती काढून घेण्यासाठी तुम्ही एक विधान करता, त्यामुळे वेगवेगळ्या कारणांनी प्रतिसाद देण्याची इच्छा समोरील व्यक्तीमध्ये

निर्माण होते. संवाद साधण्याची आधी तयारी नसली, तर दुसरी व्यक्ती प्रतिसाद देण्यास उद्युक्त होते. जवळ जवळ आता काही पर्याय नाही असे त्या व्यक्तीस वाटेल. सरळ प्रश्नास प्रत्येक वेळी उत्तर मिळेलच असे नाही, त्यामुळे दुसऱ्यास बोलते करण्यासाठी व संवाद साधण्यासाठी अप्रत्यक्ष किंवा आडवळणाने प्रश्न विचारणे महत्त्वाचे ठरते.

माहिती काढून घेणे कसे उपयुक्त आहे याचे येथे एक उदाहरण आहे. तुम्ही कोणासाठी तरी त्याला चकित करणारी, त्याला पूर्व कल्पना नसलेली पार्टी योजत असाल तर तुम्हाला त्याचे कामाचे वेळापत्रक, मित्रमंडळींची नावे व पत्ते तसेच जेवणखाण व पेय यासंबंधी माहिती असणे आवश्यक आहे. अर्थातच ही माहिती तुम्ही सरळपणे त्याला विचारू शकत नाही म्हणून ही माहिती अप्रत्यक्षरीत्या त्याच्याकडून तुम्ही कशी काढून घ्याल? एलन नेलॉर यांनी २०१६ साली लिहिलेल्या आपल्या *वीन/लॉस ॲनालिसिस* या पुस्तकात लोकांना बोलते करण्यासाठी वापरता येतील अशा काही तंत्रांबद्दल लिहिले आहे.

***अधिकृत मान्यता :*** लोकांमधील एखाद्या गोष्टीस अधिकृत मान्यता दिली, तर ते उल्हासित होतात. 'तुमचा स्वेटर मला खूप आवडला' असे कोणाला म्हणाल, तर त्यांना तो स्वेटर कसा मिळाला ही गोष्ट ते सांगतील. 'तुम्ही सखोल विचार/तयारी करणारे आहात' असे कोणाला म्हटले तर सैनिकी शाळेत गेल्यामुळे प्रत्येक बाबतील सखोल विचार किंवा तयारी करायला शिकलो अशी हकिकत समजेल. ती व्यक्ती आधी अबोल असेल; पण स्तुती ऐकल्यावर त्यावर अधिक बोलणे केव्हाही पसंत करेल. आपल्याला अधिकृत मान्यता मिळावी व आपले कौतुक व्हावे, अशी इच्छा साहजिकच प्रत्येकाला असते, त्यामुळे थोडी प्रौढी मिरविण्याची संधी त्यांना द्या.

तुम्हीही कोणाचे तरी कौतुक व प्रशंसा करू शकता. अधिकृत मान्यता देण्यासारखेच हे आहे. आपण काय साध्य केले आहे किंवा

आपल्या यशोगाथा सविस्तर सांगण्याची संधी लोक क्वचितच हातची जाऊ देतात.

***तक्रार करणे :*** यातील थोडा भाग दोघांनाही एखादी गोष्ट आवडत नसेल, तर लोकांना त्यात समाधान मिळते याबद्दल बोलताना आपण पाहिला आहे. लोकांना तक्रार करणेही आवडते, त्यामुळे त्यांना असे करण्यास संधी दिल्यास ते बोलके होतात. प्रथम तुम्ही तक्रार करा, त्या संधीचा ते लगेच फायदा घेतील. जर त्यांनीही तक्रार केली नाही, तर ते वेगळी भूमिका घेतील व तुम्ही ज्याबद्दल तक्रार करीत आहात त्याची बाजू घेतील. काहीही झाले तरी तुम्ही त्यांना बोलते केले आहे.

'अतिरिक्त वेतन मिळाल्याशिवाय असे दीर्घ तास काम करण्याचा मला तिटकारा आहे' असे आपल्या कामाच्या ठिकाणी तुम्ही एखाद्यास म्हणाल, तर तो लगेच तुमच्याशी सहमती दर्शवेल व आपल्याला पुरेसे वेतन मिळत नाही व पैशाची किती आवश्यकता आहे हे सविस्तर सांगेल. कदाचित, तो आपल्या घरगुती आयुष्याबद्दल बोलेल, त्याला किती मुले आहेत हे सांगेल व आर्थिक बाबीवरून कौटुंबिक प्रश्न कसे आहेत हे सांगेल. दीर्घकाळ काम करणे योग्य आहे, असेही कदाचित तो म्हणेल. काहीही झाले तरी आता तुमच्याकडे अधिक माहिती आहे.

या तंत्राची गुरूकिल्ली म्हणजे लोकांना बढाई मारणे, तक्रार करणे किंवा भावना व्यक्त करण्यासाठी एक सुरक्षित वातावरण निर्माण करणे. जर तुम्ही प्रथम तक्रार केली, तर जेथे काही निर्णय नाही असे वातावरण निर्माण केले आहे. त्यांना असे वाटते की, तुमच्यामुळे त्यांना काही त्रास होणार नाही. हे सुरू करण्यासाठी तुम्ही तक्रार करणे आवश्यक नाही, फक्त तुमच्या नकारात्मक भावना व्यक्त करा, असुरक्षितता किंवा नाराजी व्यक्त करा.

***चुकीची दुरुस्ती :*** लोकांना बिनचूक असणे आवडते. इंटरनेटवर जे वाद होतात त्याचा हा पाया आहे, त्यामुळे तुम्ही काही चुकीचे बोललात तर ते आनंदाने तुमची चूक दुरुस्त करण्याची संधी घेतील. लोकांना त्यांचा अहंकार दर्शविण्याची संधी दिली, तर ते आनंदाने ती घेतील.

हे करण्याचा एक मार्ग म्हणजे असे काही सांगणे की, जे चूक आहे हे तुम्हाला माहिती आहे, त्यावर ते त्यांचे मौन सोडतात का हे पाहा. चुकीची दुरुस्ती करण्याच्या प्राथमिक इच्छेच्या विरुद्ध ते वागतात का हे पाहा.

***भोळेपणा :*** याचा अर्थ मूर्खासारखे वागणे असा नाही हे स्पष्ट असावे, काही समजण्याच्या तुम्ही अगदी नजीक आहात असे दर्शविणे. तुम्ही भोळेपणा दाखविला तर शिकविणे, सूचना देणे आणि आपले ज्ञान दर्शविणे भाग पडत आहे असे लोकांना वाटते. तुम्हाला अधिक माहिती देण्याची संधी लोक घालवीत नाहीत. विशेषतः तुम्ही जर ९५% बरोबर असाल तर राहिलेली कमी लोक भरून काढतात. 'या सिद्धान्तातील बहुतांश भाग मला समजला आहे, फक्त एकच गोष्ट मला स्पष्ट नाही. त्याचे अनेक अर्थ होऊ शकतात...' असे तुम्ही म्हणताच लोक त्वरित संभाषणात उडी घेतील.

माहिती काढून घेण्यासाठी काही अप्रत्यक्ष मार्ग मी शोधले आहेत व मला ते माझ्यासाठी खूप उपयुक्त ठरतात.

*जेव्हा तुम्ही एखादा प्रश्न विचारता, त्याचे उत्तर मिळणार नाही असे वाटते तेव्हा समोरील व्यक्तीने उत्तर दिले आहे असे समजून त्याला प्रतिसाद द्या.*

तुम्ही : मी असे ऐकले की तो प्रकल्प ठीक चालला नाही?

बॉब : होय, फार काही चांगला नाही.

तुम्ही : मी ऐकले की कामे छान चालली होती; पण तिमाहीचे शेवटी एक छोटीशी गडबड झाली; पण त्यात कोणाचीच चूक नव्हती. प्रकल्पाचा तो भाग प्रचंड गुंतागुंतीचा आहे. अगदी धोक्याचा आहे. या प्रकल्पास पुढे नेण्याची मंजुरी मिळाली यावरच माझा विश्वास बसत नाही.

एवढे सर्व तुम्ही बोलल्यावर पुढे काही बोलायचे टाळणे समोरील व्यक्तीस अशक्य होते व ती व्यक्ती उत्तर देते, प्रतिसाद देते, चुकीची दुरुस्ती करते, तुमच्या म्हणण्यास दुजोरा देते किंवा नाकारते. तो भाग महत्वाच्या आहे – १. तुम्ही प्रश्न विचारला. २. *त्यांनी* उत्तर दिले असा बहाणा केला. ३. तुम्ही जे गृहीत धरले आहे, त्यावरील त्यांची प्रतिक्रिया पाहता. तुमच्या प्रश्नावर त्यांनी प्रतिक्रिया देण्याची वाट पाहू नका, तुमच्या नंतरच्या उत्तरावर प्रतिक्रिया देण्याची संधी द्या. जरी त्यांना तुमच्याशी बोलायचे नसले तरी तुम्ही जे म्हणत आहात त्यात या ना त्या प्रकारे सहभागी होणे त्यांना भाग पडते. कदाचित, खूप चांगली उत्तरे मिळणार नाहीत पण त्यांना बोलते करणे खूप कठीण होते ते तुम्ही साध्य केले.

लोकांशी संबंध ठेवणे व बोलते करणे यासाठी या पद्धतीचा थोडा बदल करून वापर करता येतो. *जेव्हा तुम्ही एकदा प्रश्न विचारता, तेव्हा त्याचे उत्तर काय असणार हे गृहीत धरा व त्या अनुषंगाने त्यांच्या भावनेवर आणखी बोला.* येथेही जर तुम्ही नशीबवान असाल, तर उत्तर देण्यास लोकांना भाग पडेल, ते चुकीची दुरुस्ती करतील किंवा तुमच्या प्रश्नाचे त्यांचे उत्तर काय होते हे स्पष्ट करतील.

तुम्ही : मग, सुट्टी कशी काय गेली? तेथे सर्व किडे व मगरी असल्याने सुट्टी भयानक ठरली असेल

बॉबी : नाही, खरे तर...

तुम्हाला हेच पाहिजे होते! यानुसारच, लोकांना बोलते करण्यासाठी तुम्ही असे काही म्हणा की, ते नक्कीच चूक आहे हे तुम्हाला माहीत आहे व त्यावर त्यांच्या प्रतिसादाची प्रतीक्षा करा.

तुम्ही : त्या दोघांचा संबंध खूप चांगला वाटत होता. कारण, त्याच्याकडे छान कार आहे. बरोबर आहे ना? सर्वांना तेच पाहिजे असते. कोर्व्हेट कार पुरेशी आहे. पैसा हेच आयुष्य आहे.

बॉबी : नाही, प्रत्यक्षात...

चुकीची तत्काळ दुरुस्ती करण्याची लोकांची वृत्ती असते, त्याचा उपयोग या पद्धतींमध्ये केला जातो. जरी त्यांना काही बोलायचे नसते तरी त्यांच्याबद्दल काही चुकीची किंवा नकारात्मक माहिती कोणाकडेही त्यांना नको असते. जर तुम्हाला फक्त एका शब्दाचाच प्रतिसाद त्यांच्याकडून मिळत होता व आता या पद्धतीने दोन वाक्ये काढून घेता येत असतील, तर तो तुमचा विजय आहे व त्यावरच पुढे संभाषण वाढवा.

संभाषणाचा ओघ कसा असावा हे ठरविण्याची १००% क्षमता तुमच्याकडे आहे. अनेकांना असे वाटते की, संभाषण हा नशिबाचा भाग आहे – जर तुम्हाला दोघांच्याही आवडीचा विषय किंवा काही साम्य मिळाले तर तुम्ही नशीबवान असता व असे प्रसंग जवळीक साधण्यासाठी आवश्यक आहेत. जर यावर तुमचा विश्वास असेल, तर तुमच्याबाबतीत असेच घडेल.

### *यातून घेण्याजोगे :*

- एखाद्याबरोबर तुमच्या संभाषणाची गाडी योग्य प्रकारे सुरू होईल का हे कशावरून ठरविले जाते? हे परिस्थितीवर अवलंबून नाही, तुम्ही पुढाकार घेऊन संभाषणाचा ओघ मैत्रीपूर्ण व मनमोकळा

ठेवणे यावर आहे. बहुतांश लोक इतरांना अपरिचितासारखे वागवितात, त्यामुळे मैत्री होऊ शकत नाही. प्रारंभापासूनच वेगळी पद्धत अवलंबा, लोकांना मोकळेपणा वाटू द्या व त्यांना तुमच्याबरोबर आनंदी वाटू द्या.

- संभाषणाचा प्रारंभ चांगला होण्यासाठी पहिला मार्ग म्हणजे विषय, आवाज व अगदी वैयक्तिक गोष्टीसुद्धा मित्रासारखे बोला. तुम्ही अगदी आक्षेपार्ह बोलत नसाल, तर लोक नक्कीच तुम्हाला साथ देतील. यासाठी एक शक्तिशाली उपाय म्हणजे लोकांपासून अंतर राखण्यासाठी आपण जशी एक भिंत आपल्यामध्ये निर्माण करतो, त्याऐवजी आपण मित्रांकडे जशा भावना व्यक्त करतो तसे करणे. काही गोष्टी शब्दशः घेऊ नका व गंभीर होऊ नका. संभाषण म्हणजे माहितीची आदानप्रदान करणे एवढेच आवश्यक नाही. काही विधाने समोरील व्यक्तीचा प्रतिसाद कसा येतो हे पाहण्यासाठी केली जातात.
- संभाषणास योग्य प्रारंभ होण्यासाठी आणखी एक उपाय म्हणजे समान गोष्टी शोधणे व समान गोष्टी निर्माण करण्याची संधी घेणे. जेव्हा लोकांना समान गोष्टी आढळतात, तेव्हा ते लगेच मनमोकळेपणे बोलतात. कारण, समोरील व्यक्तीमध्ये ते आपले प्रतिबिंब आहे असे समजतात. येथे फक्त चांगल्या गोष्टी व अर्थ असतात व आपण त्यांचा शोध सक्रियपणे घेतला पाहिजे. हे करण्यासाठी त्यांच्या आयुष्याबद्दल जास्त माहिती घ्या, ज्यांचा विशेष संबंध नाही अशाही समान गोष्टी शोधण्यासाठी प्रश्न विचारा, आपल्याबद्दलची अधिक माहिती उघड करा व याशिवाय दिसण्यावागण्याच्या बाबतीत त्यांचे प्रतिबिंब व्हा. एकमेकांना *न आवडणाऱ्या* गोष्टींकडे दुर्लक्ष करू नका, नकारात्मक गोष्टींबद्दल बोलणे हे वाईट नाही.
- सरतेशेवटी, तुम्ही अगदी योग्य पाऊले उचलली तरी लोक संपर्क वाढवू इच्छित नाहीत किंवा आपणहून मोकळेपणे

बोलत नाहीत. यावर मात करण्यासाठी माहिती काढून घेण्याचे मार्ग वापरा ज्यामध्ये तुम्ही असा काही विषय काढा किंवा प्रश्न करा की त्या व्यक्तीस संवाद साधणे व स्पष्टीकरण देणे अनिवार्य होते. यामध्ये अधिकृत मान्यता देणे, दोघांच्या तक्रारी असलेल्या गोष्टी बोलण्यास उद्युक्त करणे, भोळेपणा दर्शविणे व तुमच्या चुकीच्या विधानाची दुरुस्ती करण्याची संधी देणे यांचा अंतर्भाव आहे.

प्रकरण तिसरे

# चित्ताकर्षक कसे बनावे?

*चित्ताकर्षक* हा खूप वजनदार शब्द आहे व त्यामुळे कदाचित आपण आपल्या परस्परसंवादामध्ये तसे होण्याचा प्रयत्न करीत असतो.

जेव्हा आपण चित्ताकर्षक व्यक्ती असे म्हणतो तेव्हा कोणती प्रतिमा आपल्या मनात असते? शब्दकोशात वापरण्यासाठी एका चित्ताकर्षक व्यक्तीचे चित्र पाहिजे असल्यास ती व्यक्ती कशी असेल? ही व्यक्ती काय सांगत आहे, कसा अभिनय करीत आहे व ती व्यक्ती काय करीत आहे असे तुम्हाला दिसते?

अनेक वेळा अशी व्यक्ती व्यासपीठावर उभी राहून उत्तम हावभाव करीत काही सांगत आहे व तिच्या चेहऱ्यावर भावभावना ओतप्रोत भरलेल्या आहेत अशा प्रकारची असते आणि मी हे पैजेवर सांगू शकतो की, ही व्यक्ती प्रेक्षकांना खिळवून ठेवणाऱ्या एखाद्या कथेच्या मध्यावर आहे. खरोखर तुम्ही विचार केला, तर कथेच्या विवेचनामुळे आपण इतरांना मोहित करू शकतो व आपल्या प्रत्येक शब्दाकडे त्यांचे लक्ष वेधू शकतो असे दिसते.

ठीक आहे, तो चर्चेचा विषय आहे; पण हे खरे आहे की नाही हे ठरविणे हा या प्रकरणाचा उद्देश नाही. गोष्टी सांगणे हा आठवणीत राहतील अशा संवादांचा व चर्चांचा एक महत्त्वाचा भाग आहे हे

कोणी नाकारणार नाही. हे मायावी कौशल्य कसे प्राप्त करायचे व आत्मसात करायचे हा प्रश्न नेहमीच आहे, त्यामुळे गोष्टी सांगणे हे तुमच्या रोजच्या संवादात व छोटेखानी संभाषणात तुम्ही कसे वापरू शकता यासंबंधी काही दृष्टिकोन या प्रकरणात मी सादर करीत आहे.

प्रथमतः गोष्टी सांगणे हे गहन आहे ही कल्पना काढून टाकणे आवश्यक आहे. गोष्टी सांगणे म्हणजे काय आहे? ते फक्त कोणाला तरी काय घडले याबद्दल काहीतरी सांगणे, एवढेच आहे. इतकेच! अर्थातच हे करण्यांचे चांगले व वाईट प्रकार आहेत; पण कथाकथन म्हणजे लोकांनी लक्ष द्यावे या उद्देशाने भूतकाळाबद्दल बोलणे हा गाभा आहे. यातील पहिल्या भागाची आपल्याला काहीच अडचण नाही - आपल्या भूतकाळाबद्दल आपण बोललो आहोत आणि सांगण्यासारखे आपल्याकडे खूप चांगले अनुभव आहेत - पण दुसरा भाग हा आव्हानात्मक आहे. हे ध्यानात ठेवून आपण गोष्टी सांगणे अधिक चांगले कसे करू शकतो हे पाहू.

## अनेक गोष्टींनी युक्त आयुष्य

गोष्टी सांगण्यात तरबेज होण्यासाठी आपल्या दैनंदिन जीवनातील गोष्टी ओळखणे येथून प्रारंभ करावा लागतो. आपले दैनंदिन जीवन खूप औत्सुक्यपूर्ण आहे असा विचार आपण करीत नाही; पण आपल्याला वाटते त्यापेक्षा आपण खूपच काही जास्त करतो. आपल्या मुलांना सांगता येईल अशा प्रकारच्या प्रचंड निदर्शनामध्ये तुम्ही भाग घेतला होता किंवा एखाद्या अंधाऱ्या गल्लीतून जात असताना एका मोठ्या कुत्र्याने तुमचा पाठलाग केला व पोपटासारखा पोशाख केलेल्या एका माणसाने तुम्हाला वाचविले अशा गोष्टी दररोज घडत नाहीत. या गोष्टी सांगण्यासाठी काही विशेष रचना करावी लागत नाही, परिणाम साधण्यासाठी त्या स्पष्ट आहेत.

आपल्या दैनंदिन जीवनात अनेक गोष्टी असतात या माझ्या म्हणण्यावर विश्वास ठेवा व त्यांचा वापर करा. आपल्या रोजच्या आयुष्यातील अनेक छोट्या छोट्या गोष्टी आपण पाहिल्या पाहिजेत. या संदर्भात छोटी गोष्ट म्हणजे काय?

*'आपण काय करता?'*
*'मी विपणन कार्यकारी आहे.'*

नाही, ते ठीक नाही. यावरील प्रतिसाद असा असेल – 'वा! छान. आता मी बाथरूम मध्ये जात आहे.' निरोप घेतो.

*'आपण काय करता?'*
*'मी विपणन कार्यकारी आहे. माझे बहुतांश काम ग्राहकांशी संपर्क हे आहे. गेल्या आठवड्यात आमच्या एका वेड्या ग्राहकाने आपले शरीरसंरक्षक आमच्या कार्यालयात पाठविण्याची धमकी दिली. काही निर्माण करण्याचे काम माझ्याकडे असावे असे नक्कीच मला वाटते.'*

हे छान आहे. याचा प्रतिसाद कदाचित बाथरूमला जाण्यापेक्षा नक्कीच चांगला आला असता, उदाहरणार्थ, 'अरे बापरे! त्या ग्राहकाने शरीरसंरक्षकांना खरेच पाठविले का? **त्याबद्दल मला आणखी सांगा.**'

ही एक छोटी गोष्ट आहे. यामध्ये गोष्टीचे काही घटक थोडक्यात वापरून दिलेले प्रश्नाचे उत्तर आहे (किंवा लगेच काही माहिती दिली आहे) – ही एखाद्या विषयावर केलेली कृती आहे वा त्यात काही निष्कर्ष आहे. 'तुम्ही काय करता?' या प्रश्नाच्या कोणत्याही उत्तरापेक्षा एक छोटी गोष्ट खूप जास्त संवाद वा उत्सुकता निर्माण करेल. तुम्हाला फक्त तीन वाक्यांची आवश्यकता होती. ती वाक्ये मोठ्याने वाचण्याचा प्रयत्न करा – त्याला दहा सेकंदांपेक्षा कमी वेळ लागेल; पण त्यामध्ये कोणालाही उत्सुकता वाटेल अशी माहिती पुरेपूर भरलेली आहे.

संभाषणापूर्वी तुम्ही छोट्या गोष्टी तयार करू शकता हे त्यांच्याबद्दल खूप महत्त्वाचे आहे, त्यामुळे आकर्षक किस्से तुमच्या हाताशी असतात वा त्यांचा उपयोग तुम्ही अगदी नेहमीच्या किंवा सर्वत्र वापरल्या जाणाऱ्या प्रश्नांना उत्तर म्हणून वापरू शकता. एखाद्या शब्दात उत्तर येण्याची तुमची कदाचित सवय असेल, त्याऐवजी आधी रचून ठेवलेल्या छोट्या गोष्टी वापरात येतात हा त्यांचा मुख्य फायदा आहे. पुढे जाऊन यामुळे तुम्हाला आत्मविश्वास वाटेल. कारण, येणाऱ्या प्रश्नांसाठी तुमची तयारी आहे.

छोट्या गोष्टींसंबंधीचे संदर्भ वेगवेगळ्या भागांत पाहिले की, ते आणखी सोपे होतात. बहुतांश संभाषणातील नेहमीच्या विषयांना प्रतिसाद देणारी तीन वाक्ये शोधा.

१. तुमचा व्यवसाय (जर तुमची नोकरी नेहमीपेक्षा वेगळी किंवा स्पष्ट कल्पना असणारी नसेल, तर सामान्य माणसाला समजेल असे सोपे वर्णन तयार ठेवा.)
२. तुमचा आठवडा
३. या आठवड्याची अखेर
४. तुमचे मूळ गाव
५. तुमच्या सवयी इत्यादी

एखाद्या प्रश्नाचे उत्तर देण्यासाठी तुम्ही जेव्हा एखादी छोटी गोष्ट वापरणार असाल त्याच्या आधी काय प्रश्न आहे तो समजला आहे असे सांगा. त्यानंतर आपल्याला फार उत्सुकतापूर्ण काही सांगायचे आहे असे वाटल्याने तुमची छोटी गोष्ट सांगा, ती तेथे योग्य वाटेल.

'तुमची आठवड्याची अखेर कशी होती?'

'छान होती. *स्टार वॉर्सचे* चार चित्रपट मी पहिले.'

आता परत प्रयत्न करूयात.

'तुमची आठवड्याची अखेर कशी होती?'

'खूप छान होती; पण गेल्या शुक्रवारी काय घडले हे मी तुम्हाला सांगितले का? समारंभात वापरायचे जाकीट घातलेला एक कुत्रा माझ्या कार्यालयात आला वा त्याने सगळीकडे लघवी केली.

'थांबा, मला पुढे सांगा.'

'छान, तुमच्याकडे काय घडले' असा साद-प्रतिसाद लहान उत्तरानंतर नेहमीच्या संभाषणात दिला जातो, याऐवजी तुम्हाला छोट्या गोष्टी वापरता येतात. चित्ताकर्षक बनण्याची ही पहिली पायरी आहे.

या प्रकारे छोट्या गोष्टी वेगळ्या स्वरूपात सांगणे फायदेशीर ठरेल, जेव्हा लोकांचे तुमच्याबरोबर छोटेखानी संभाषण चालू असते व अशा संभाषणात वापरले जाणारे काही चांगले प्रश्न समोरील व्यक्ती विचारते, तेव्हा त्यांना त्या प्रश्नांच्या उत्तरात रस नसतो. काहीतरी उत्सुकतापूर्ण ऐकायचे असते, ते त्यांना सांगा.

एक महत्त्वाचा मुद्दा पुन्हा सांगतो. एखाद्याची आठवड्याची अखेर कशी होती किंवा प्रवासाचे बेत काय आहेत असे विचारतो, तेव्हा त्याच्या शब्दशः उत्तरात आपल्याला रस नसतो. समान गोष्टी शोधण्यासाठी आपण आपल्याबद्दलची जास्त माहिती उघड करणे आवश्यक आहे हे आपण आधीच पाहिले आहे व अधिक माहिती देण्याचा आणखी एक फायदा आता आपण पाहत आहात.

अधिक माहितीच नाही, तर आपल्याबद्दलच्या छोट्या गोष्टी आपण काय विचार करतो व आपल्याला काय वाटत आहे हे दर्शवितात. त्यातून तुमचे व्यक्तिमत्त्व, मानसिकता व भावनांचा कल याविषयी कल्पना देतात. या गोष्टी दुसऱ्याला समजल्या म्हणजे ती व्यक्ती तुमच्याशी जोडली जाण्याची पहिली पायरी आहे, त्यामुळे कोणताही

प्रश्न घेऊन त्याचे उत्तर आपल्या फायद्यासाठी विस्तृत करणे हे तुम्ही शिकणे अत्यावश्यक आहे, त्यामुळे प्रतिसाद देण्यासाठी त्यांना प्रोत्साहन मिळते.

अधिक माहिती देता येणे हा फायदा छोट्या गोष्टी अधोरेखित करतात. अधिक माहिती देण्याचा फायदा याआधीच्या प्रकरणात सांगितला आहे व यामुळे एका शब्दात उत्तर देणे टाळता येते. सविस्तर माहितीमुळे तुम्ही व तुमचे आयुष्य यांचे संपूर्ण चित्र मांडले जाते, त्यामुळे समोरील व्यक्ती तिच्या मनात तुमची एक प्रतिमा निर्माण करते, त्यांना सर्व स्पष्ट होते व आपोआपच त्यांना तुमच्यामध्ये रस उत्पन्न होतो व ते तुमच्यात गुंतून राहतात.

तुमच्याशी जोडले जाण्यासाठी, विचार करण्यासाठी छोट्या गोष्टींमधून त्यांना अधिक वाव मिळतो. अधिक माहितीमुळे लोकांना तुमच्याबद्दल काही मजेशीर, उत्सुकतापूर्ण, साम्य असलेले, मार्मिक, चौकस होण्याजोगे व प्रतिसाद देण्योग्य असे काही मिळेल.

सविस्तर व विशिष्ट माहितीमुळे लोक मनाने त्या ठिकाणी व वेळी पोहोचतात. नक्की काय चालले आहे याची त्यांना कल्पना येते व ते त्याबद्दल विचार करू लागतात. एखाद्या चित्रपटामध्ये तुम्ही कसे ओढले जाता याचा विचार करा. आपल्या ज्ञानेंद्रियांना खूप उत्तेजन मिळते व आपल्याला गुंतवून ठेवण्यासाठी दृश्य व ध्वनी यांद्वारे जी सविस्तर माहिती मिळत असते त्यातून सुटका होत नाही. सविस्तर गोष्टी व संभाषण म्हणजे ऐकणाऱ्याला एक मानसिक चित्रपट आपल्याबरोबर पाहण्याचे आमंत्रण असते.

तुमच्या संभाषणाला व गोष्टी सांगण्याला एक लज्जत आणि दुसऱ्या व्यक्तीस बोलण्यासाठी काही विषय देण्याशिवाय सविस्तर माहितीमुळे ऐकणाऱ्याचा भावनिक संबंध प्रकट होतो. सविस्तर माहितीमुळे लोकांना त्यांचे स्वतःचे आयुष्य व आठवणी यांचे स्मरण होते व

त्यांच्यासमोर जी माहीत येत आहे त्याकडे ते जास्त आकर्षिले जातात. सविस्तर माहिती त्यांना हसायला, रडायला, राग यायला, वाईट वाटायला किंवा आश्चर्य वाटायला भाग पाडू शकते. त्यांचे मूड व भावना यांवर नियंत्रण मिळवू शकते.

तुमच्या माध्यमिक शाळेत नृत्यप्रसंगी जी गाणी गायली जात ती माहिती जर तुम्ही दिली, तर अशी शक्यता आहे की कोणाला तरी त्या गाण्यांशी संबंधित स्मृती असतील व त्यामुळे तुमच्या गोष्टींमध्ये भावनाप्रधान होऊन ते रस घेतील. तुमच्या प्रकृतीसंबंधीच्या बारीकसारीक गोष्टी पण त्यांना सांगा कारण त्यामुळे ते भावनिक पातळीवर तुमच्यात रस घेतील.

## १:१:१ पद्धत

गोष्ट सोप्या पद्धतीने सांगताना, छोटी गोष्ट अनेक प्रकारे कशी वापरता येते, याबद्दल आपण बोलत होतो. *छोटी गोष्ट* व *संपूर्ण मोठी गोष्ट* यात काय फरक आहे याचे आश्चर्य तुम्हाला वाटत असेल.

आपल्या उद्दिष्टासाठी फारसा फरक नाही. एखादी दुःखद शोकांतिका तयार करीत आहोत, अशा रीतीने काही लोक गोष्ट सांगणे क्लिष्ट करतात. प्रारंभ, मध्य, झगडा व आणि निर्णय असे सर्व असणे आवश्यक आहे का? नायक, संघर्ष व भावनांचा प्रवाह असणे आवश्यक आहे का? जर तुम्ही फ्रॅन्सिस फोर्ड कोपोला (*गॉडफादर* या मालिकांचे दिग्दर्शक) किंवा व्यासपीठावरून विनोदी गोष्टी सांगून लोकांचे मनोरंजन करणारे असाल, तर गोष्टी सांगण्याचा हा विशिष्ट प्रकार आहे.

परंतु गोष्ट सांगण्यासाठी या सर्वांत सोप्या किंवा प्रत्यक्ष व्यवहारातील मार्ग म्हणून निश्चितच विचार करण्यायोग्य नाहीत.

गोष्ट सांगण्याची माझी पद्धत म्हणजे नंतरच्या चर्चेस प्राधान्य देणे म्हणजे गोष्ट फार सविस्तर माहितीची किंवा मोठी असू नये. त्यामध्ये लोकांना दखल घ्यावी लागेल, अशी काही विशिष्ट माहिती असावी; पण त्यामध्ये विभाग असू नयेत. संपूर्ण गोष्टसुद्धा *छोटी* असू शकते, त्यामुळे याला *१:१:१* पद्धत म्हणतात.

या पद्धतीत गोष्टींमध्ये १. काहीतरी कृती असते. २. एका वाक्यात सारांश सांगता येतो आणि ३. ऐकणाऱ्याच्या मनात एक प्राथमिक भावना निर्माण होते. त्या छोट्या व चटकन संपणाऱ्या का असतात हे तुम्ही पाहू शकता. काय सांगायचे हे तुम्हाला आधी माहीत असते, त्यामुळे बोलण्याच्या ओघात तुम्ही दुसरीकडे कोठे जात नाही व ऐकणारा तुमच्यापासून दूर होण्याची शक्यता खूप कमी असते. एखाद्या गोष्टीसाठी सर्वांत कमी श्रम व सर्वांत जास्त परिणामकारकता याने साधते.

गोष्टींमध्ये *एकच* कृती असण्यासाठी एकच गोष्ट घडणे आवश्यक आहे. एक घटना, एक प्रसंग अशी ही गोष्ट आहे. ती अगदी सोपी व सरळ असावी. दुसरे काही असेल तर तुमच्या मुद्द्याचा गोंधळ होतो व तुम्ही भरकट जाण्याची शक्यता असते. सविस्तर माहिती देणे महत्त्वाचे आहे पण ते प्रारंभीच नाही. कारण, मग गोष्टीचा प्रभाव पडत नाही किंवा ती कमी परिणामकारक होते.

गोष्टीचा *सारांश* एका वाक्यात सांगता आला पाहिजे नाहीतर तुम्ही खूप काही सांगण्याचा प्रयत्न करीत आहात. तुमचे लक्ष फक्त विशिष्ट मुद्द्यावर केंद्रित राहते. या पायरीसाठी सराव आवश्यक आहे. कारण, तुमच्या गोष्टींमधील कोणते भाग गरजेचे आहेत व कशामुळे काही भर पडत नाही, याचा विचार करणे तुम्हाला भाग पडते. आपले विचार संकलित करून एका वाक्यात करणे व त्यातही सर्व सार आणणे हे कौशल्य आहे – असे केल्याशिवाय काय म्हणायचे आहे याची जाणीव तुम्हाला होणार नाही.

शेवटचे म्हणजे ऐकणाऱ्याच्या मनात एक प्राथमिक भावना निर्माण होणे यावर गोष्ट केंद्रित असावी आणि कोणती भावना उत्पन्न होईल हे तुम्हाला सांगता आले पाहिजे. अशी भावना निर्माण करण्यासाठी तुमच्या गोष्टीत एक मुद्दा असावा व ती भावना निर्माण होण्यासाठी आवश्यक ती माहिती रंगविलेली असावी हे ध्यानात ठेवा. आपण आता जे पाहत आहोत त्यासाठी फार काही जास्त भावना निर्माण होतील असे आपल्या गोष्टींमध्ये नाही. गोष्टींमध्ये विनोद, धक्का, आश्चर्य, मत्सर, आनंद, राग किंवा चीड असावे. आपला अनुभव इतरांना सांगण्यासाठी लागणारी बहुतांश कारणे ही आहेत.

माझे अनुभव इतरांना सांगण्यासाठी ही माझी पद्धत आहे हे लक्षात ठेवा. माझा तर्क असा आहे की, कुत्र्याने माणसावर हल्ला केला, याबद्दल दोन वाक्यात ऐकणे किंवा दहा वाक्यात ऐकणे यामुळे गोष्टीच्या प्रभावात फरक पडत नाही. तुमचा एक मित्र तुरुंगात आहे – दोन किंवा दहा वाक्यानंतरही तो अजून तुरुंगातच आहे. तसेच, तुम्ही एक कुत्रा पाळला आहे हे सांगण्यासाठी तुम्ही दहा सेकंदे घेतली काय किंवा २ मिनिटे घेतली काय, तो कुत्रा आरामात तुमच्या पलंगावर विसावला आहे.

तुम्ही पूर्वपक्ष सांगितल्यावर दोघांच्या सहभागाने संभाषण पुढे जाईल, समोरील व्यक्ती अधिक सहभाग घेईल व नंतर तुम्ही ऐकणाऱ्यावरील प्रभाव व त्याची प्रतिक्रिया यावर लक्ष केंद्रित करा. त्यानंतर अपरिहार्य असे प्रश्न पुढे येऊ द्या, एकदा संदर्भ सांगून झाल्यावर व प्रारंभीचा प्रभाव पडल्यावर हळूहळू सविस्तर माहिती उघड करा. आता ही गोष्ट ऐकायला कशी वाटते?

*'माझ्यावर कुत्र्याने हल्ला केला आणि मी इतका घाबरला होतो की जवळ जवळ मला माझ्या पॅन्टमध्येच लघवी झाली,'* हे एक वाक्य आहे, एक कृती आहे आणि लघवी होणे ही बाब भीती व धक्का या भावनेवर प्रभाव टाकण्यासाठी आहे.

कुत्रा व ती परिस्थिती यांबद्दल तुम्ही अधिक माहितीचा अंतर्भाव करू शकता; परंतु त्याबद्दलच लोक लगेच विचारणार आहेत म्हणून तुमच्या गोष्टीबद्दल त्यांना जे ऐकवायचे आहे ती दिशा त्यांना दाखवू दे. तुमची त्या प्रसंगीही कोणती भावना होती हे सांगण्यामुळे काही नुकसान नाही. सहभाग घेण्यास त्यांना आमंत्रण द्या. एकच व्यक्ती सतत बोलत असेल, तर फार थोडे जण ते बसून ऐकू इच्छितात आणि ते बोलणे अनेकदा रटाळ व विस्कळित असते, त्यामुळे आवश्यक तेवढी माहिती असू द्या पण गोष्ट लहान ठेवा. फक्त तुम्हीच बोलत राहण्यापेक्षा एकमेकांचे अनुभव सांगितले जात आहेत असा पद्धतीने संभाषण चालू दे. आणखी काही सोपी उदाहरणे येथे देत आहे.

*'गेल्या आठवड्यात मी नोकरीच्या मुलाखतीसाठी गेलो होतो ती इतकी बेकार झाली की, मी कार्यालयातून बाहेर पडत असताना मुलाखत घेणारा मला हसत होता. मला इतके लाजिरवाणे वाटत होते.'* एक कृती, एक भावना, एका वाक्यात.

*'जोशुआला जेव्हा मी प्रथम भेटलो, तेव्हा भाजलेल्या कडधान्याची एक वाटी मी त्याच्या पांढऱ्या पॅन्टवर चुकून टाकली आणि जेव्हा हे घडत होते तेव्हा खोलीतील सर्व जण आमच्याकडे पाहत होते असे मला वाटते.'*

गोष्टीचा प्रारंभ शक्य तेवढा तिच्या शेवटाच्या जवळ करणे असा १:१:१ पद्धतीचा सारांश सांगता येईल. प्रत्यक्ष शेवट होण्याऐवजी बहुतांश गोष्टींचा शेवट ऐकणाऱ्याचे लक्ष विचलित झाल्याने आणि सांगण्याचा तुमचा उत्साह कमी झाल्याने ऐकणाऱ्यावर प्रभाव पडण्यापूर्वीच होतो. वेगळ्या शब्दात सांगायचे म्हणजे लोक क्लिष्ट नियमांना चिकटून राहतात किंवा सांगण्याचा महत्त्वाचा भाग विसरतात व बोलत राहून आठवण्याचा प्रयत्न करीत राहतात, त्यामुळे अनेक गोष्टींचा शेवट होण्याकडे कल असतो. सर्वांत महत्त्वाचे म्हणजे

प्रदीर्घ प्रस्तावना आवश्यक नसते. लोकांनी पूर्ण लक्ष द्यावे व आपली पसंती अशी असते की, त्यांनी भावना व्यक्त करून प्रतिसाद द्यावा.

## गोष्टीचा कणा

गोष्टीचा कणा म्हणजे १:१:१: या पद्धतीची अधिक सुधारित आवृत्ती आहे असा विचार करा. उत्तम गोष्टीचा ठेका या सोप्या सूत्रातून मिळतो.

सिनर्जी या नाट्यगृहाचे दिग्दर्शक व लेखक केविन अडॅम्स यांना या तंत्राचे श्रेय जाते. उत्तम गोष्टीचा आराखडा देण्यासाठी गोष्टीचा कणा कसा वापरावा हे ते शिकवितात. कादंबरी लेखक, चित्रपट बनविणारे यांच्यासाठी ही पद्धत उत्तम आहे; पण तुम्ही मित्रमंडळींसह मौज करीत असताना तुमच्या गोष्टीने त्यांना खिळवून ठेवायचे असते तेव्हाही वापरू शकता. काही गोष्टी अजिबात परिणामकारक होत नाहीत. कारण, गोष्टींमध्ये कोणते घटक नाहीत हे या सूत्रामुळे उलगडते. हे झटकन करता येते व सरावानंतर हे आपोआप होते.

गोष्टीच्या कण्यामध्य पुढीलप्रमाणे आठ घटक असतात.

### *एके काळी...*

गोष्टीचा प्रारंभ. येथे तुम्हाला गोष्टीचा संदर्भ, वातावरण व तुम्ही ज्या पात्रांवर लक्ष केंद्रित करणार ते ठरवा. त्यांचे दैनंदिन कार्यक्रम व वास्तवता स्थापित करा. हा भाग जर तुम्ही वगळला, तर तुमची गोष्ट परिणामकारक दिसणार नाही व नंतरच्या घटना काय आहेत व त्या का आवश्यक आहेत याची लोकांना कल्पना येणार नाही.

### *दररोज...*

सामान्य जीवन व नित्यक्रम अधिक स्पष्ट करणे. अनेकदा एखादे पात्र कंटाळवाणे, दुःखी किंवा उत्सुकतापूर्ण होत जाते यातून कथेच्या पुढील पायऱ्यांकडे प्रगती होते. या पायऱ्यांवर तणाव निर्माण होतो व याच ठिकाणी तुम्ही आपल्या पात्रांना एक व्यक्तिमत्त्व द्या व पुढे काय होणार आहे त्याचा उद्देश सांगा.

### *पण एके दिवशी...*

...आणि इथे असा एक प्रसंग घडला, ज्यामुळे सगळेच बदलून गेले. एके दिवशी असे काही तरी घडले, ज्याने तुमच्या पात्रांच्या भोवतालचे जगच बदलून गेले. एक अपरिचित शहरात आला किंवा गूढ संकेत दिसला.

### *त्यामुळे...*

येथे परिणाम होतात. प्रमुख पात्र प्रतिसाद देते आणि या ठिकाणी 'काय घडले' हा गोष्टीचा मुख्य भाग उलगडण्यास प्रारंभ होतो. गोष्टी सांगण्यात तरबेज नसलेले अनेक लोक एकदम या पायरीवर उडी घेतात व त्यामुळे तणाव निर्मिती होत नाही, संदर्भ स्पष्ट होत नाहीत. जे निष्पन्न झाले त्यात श्रोत्यांना रस उरलेला नाही हे नंतर लक्षात येते. चांगल्या संभाषणाप्रमाणेच गोष्ट चांगल्या पद्धतीने सांगणे या कौशल्यासाठी गोष्टीची गती राखणे व हळूहळू तणाव वाढवत जाणे आवश्यक आहे.

### *त्यामुळे...*

अधिक उत्सुकता किंवा भय निर्माण होते. गोष्टीचा मुख्य भाग आणखी उलगडतो, इतर पात्रांचा प्रवेश होतो व गुंतागुंत किंवा विनोदी परिस्थिती किंवा नाट्य पूर्णपणे उलगडते व सर्व गोष्ट समोर येते.

### *त्यामुळे...*

गोष्टी सांगण्याच्या आवश्यकतांमध्ये क्रमांक तीन वरील बाबीस चांगली कथा पसंत पडते, त्यामुळे गोल्डीलॉक्स व तीन अस्वले ही कथा आहे आणि नायकास काही साध्य कारण्यापूर्वी तीन आव्हानांचा सामना करावा लागतो. नायकासमोरील कोंडीच्या तीन प्रसंगांवर मात करण्यासाठी वेळ द्या, त्यानंतर जे साध्य होते ते जास्त भावते.

### *आणि शेवटी...*

त्याला ती प्रेयसी शेवटी मिळते का? नाश होण्यापासून जग वाचविले गेले का किंवा गुन्हे शोधून काढणाऱ्याने गुन्हा कोणी केला हे शोधून काढले का? येथे तुम्ही सर्व गोष्टी उघड करा. त्या संघर्षाचे निराकरण झाले आहे व गोष्ट समाप्त होत आहे.

### *आणि त्यानंतर कायमच...*

तुम्ही गोष्टीचा प्रारंभ जसा केला त्याचा संदर्भासह शेवट करा. याआधी आलेले तुमच्या नायकाचे यश किंवा अपयश यानुसार आता नवीन परिस्थिती काय आहे याचा आराखडा द्या. या गोष्टीतून काय शिकण्यासारखे आहे ते येथे सांगा किंवा छोटासा विनोद किंवा एक छान परिणाम साधणारे वाक्य सांगा. यामुळे संभाषणातील तुमची गोष्ट संपली आहे त्याने प्रतिसाद द्यावा असा संदेश ऐकणाऱ्याला जातो.

गोष्टीचा कणा हा फक्त कणाच असतो हे महत्त्वाचे आहे हे ध्यानात ठेवा. गोष्ट परिणामकारक होण्यासाठी त्यामध्ये तुम्हाला बराच मसाला भरावा लागतो. तुम्ही योग्य त्या गोष्टी त्यांच्या क्रमानुसार सांगत आहात व तुम्हाला गोष्ट सांगण्यासाठी एक समाधानकारक रचना देणे एवढेच काम कणा करतो. प्रत्येक गोष्टीचा कणा असाच असेल असे नाही (सरतेशेवटी तो एक कच्चा आराखडा आहे); परंतु तुमच्या

गोष्टीस असा कणा असेल, तर प्रयोग म्हणून जे सांगितले जाते, त्यापेक्षा तुमच्या गोष्टीस जास्त चांगल्या प्रकारे स्वीकारले जाईल.

उदाहरणार्थ, १९८०च्या दशकातील द *फ्रेश प्रिन्स ऑफ बेल-एअर* या दूरचित्रवाणीच्या लोकप्रिय कार्यक्रमाचे विषयासंबंधीचे नेहमी येणारे गाणे पाहा. अगदी लहान गोष्टीससुद्धा आवश्यक त्या पायऱ्या असणे महत्त्वाचे आहे हे यावरून दिसते. गाण्याची सुरुवात अशी आहे :

*फिलाडेल्फियाच्या पश्चिम भागात माझा जन्म झाला व मी वाढलो, खेळण्याच्या मैदानावरच माझा बहुतांश वेळ जात असे, तेथे मी आराम करीत असे व शाळेच्या बाहेर चेंडू खेळत असे.*

यामध्ये 'कोणे एके काळी' हे आले आहे व 'दररोज' हा संदर्भ आला आहे.

*दोन वाईट लोक आमच्या शेजारीपाजारी त्रास देऊ लागले, तेव्हा मी त्यांच्याशी मारामारी केली, तेव्हा माझी आई घाबरली व तिने सांगितले की माझी रवानगी काकू व काका यांच्याकडे बेल-एअर येथे होईल.*

ज्यामुळे सर्व काही गोष्टी बदलल्या तो – 'पण एके दिवशी' हा भाग येथे आला आहे.

*मी दिवसेंदिवस तिची खूप विनवणी केली, विनंती केली; पण तिने माझी बॅग भरली व मला पाठवून दिले... इत्यादी.*

गाण्यातील हा मधला भाग आपल्याला जायचे नाही याची विनवणी तो आईकडे करीत आहे, नंतर तो विमानाने बेल-एअरला जातो. नंतर टॅक्सीने जात असताना ज्या नवीन जगात त्याचे आगमन झाले आहे त्याची हळूहळू जाणीव करून घेत आहे. हा गोष्टीचा मध्य आहे व यात 'आणि त्यामुळे'चे तीन परिच्छेद आलेले आहेत. शेवटचे कडवे असे आहे :

*एका घरापुढे माझी टॅक्सी थांबली व मी टॅक्सिचालकास हे माझे घर आहे असे म्हणून निरोप दिला. त्यानंतर मी माझ्या राज्याकडे पहिले व तेथील सिंहासनावर बसण्यासाठी अखेर मी आलो होतो.*

'आणि शेवटी' व 'त्यानंतर कायमचे' हे दोन्ही भाग या कडव्यात एकत्रच आले आहेत, मुख्य पात्र आपल्या नवीन आयुष्याचा आनंदाने प्रारंभ करीत आहे ही नवीन परिस्थिती विशद केली आहे, येथे काही फारसा संघर्ष किंवा तणाव नाही पण रचना योग्य आहे.

कोणीतरी गोष्टीचा कणा दैनंदिन संदर्भात सांगत आहे अशी कल्पना करा, कामाच्या ठिकाणी असलेला विवाद मध्यस्थी करणाऱ्या बहिःस्थ व्यक्तीस कोणीतरी त्याबद्दल सांगत आहे. ती गोष्ट अशी असेल:

'मेलिसा व जेक दोघेही संगणक विभागात काम करतात. बार्बरासह त्यांचे काम चालते, आता ती प्रसूतीसाठी रजेवर आहे. मेलिसा कंपनीमध्ये दहापेक्षा जास्त वर्षे कार्यरत आहे व जेक नवीन आहे, पुढील सहा महिन्यांसाठी किंवा कदाचित जास्त काळासाठी बार्बराचे काम करण्यासाठी मेलिसा जेकला अनौपचारिकरीत्या प्रशिक्षण देत आहे (जर बार्बरा नोकरी सोडून गेली, तर जेकला बार्बराची जागा मिळेल अशी वदंता आहे). गेला एक महिनाभर ते एका मोठ्या प्रकल्पावर काम करत आहेत.' 'आम्हाला माहीत नव्हते की, मेलिसा व जेक अनेक महिन्यांपूर्वी प्रेमसंबंधात होते व त्यानंतर त्यांचे बिनसले.'

'त्यामुळे कार्यालयात थोडे तंग वातावरण आहे. त्या मोठ्या प्रकल्पामध्ये एक गंभीर चूक घडली, त्याबद्दल मेलिसाला जबाबदार धरण्यात आले. प्रत्यक्षात ती जेकची चूक होती; पण त्यांचे प्रेमसंबंध त्या वेळी असल्याने तिने त्यावर पांघरूण घातले असे तिने त्यानंतर उघड केले आहे. आता प्रेमसंबंध नसल्यामुळे मेलिसा आपल्याला दोष देत आहे व ते अयोग्य आहे असे जेकचे म्हणणे आहे.'

'आपण कामावर परत येणार नाही असे काही दिवसांनी बार्बराने कळविले, तेव्हा आता आपली कार्यालयातील जागा अधिक पक्की आहे, असे जेकने गृहीत धरले; परंतु मेलिसा व जेक एकत्र काम करणे आता शक्य नसल्याने एक मोठा संघर्ष उत्पन्न झाला आहे.'

या ठिकाणी मध्यस्थी करणारी व्यक्ती गोष्टीच्या शेवटच्या भागासंबंधी ऐकत आहे; पण 'त्यानंतर कायमच' हा भाग अद्याप ठरायचा आहे. यातील पायऱ्या पाहा आणि त्यातील एखादी पायरी गाळल्यास किंवा त्यामध्ये सरमिसळ केल्यास ती गोष्ट किती गोंधळात टाकणारी झाली असती हे तुम्ही पाहू शकता का?

सिनेमागृहात यशस्वी ठरलेल्या *अवतार*चे उदाहरण घ्या.

एके काळी शरीराच्या खालील भागास पक्षाघात झालेला जेक सली नावाचा नौसैनिक आयुष्यात कशीबशी गुजराण करीत होता. आपल्या अतिशय हुशार व तल्लख भावाच्या दुर्दैवी मृत्यूचा तो दररोज शोक करीत असे.

परंतु एके दिवशी दूरवरचा चंद्र पंडोराकडे जाण्याच्या मोहिमेत भाग घेण्याची त्याला संधी मिळाली. या मोहिमेत भाग घेऊन नावी ग्रहावरील प्रजातीची माहिती गोळा करण्याच्या बदल्यात त्याला पुन्हा चालता येण्यासाठी आवश्यक असलेली शस्त्रक्रिया त्याच्यावर करण्यात येईल, असे आश्वासन त्याला देण्यात आले.

त्यामुळे त्या ग्रहावर तो खूप वेळ राहतो व त्या ग्रहाबद्दल व तेथील नेतीरी या सुंदरीबद्दल त्याला प्रेम वाटू लागते. मानवजात व नावी यांच्यात मोठे युद्ध सुरू होईपर्यंत प्रेमामुळे शोषण करणाऱ्या या मोहिमेमध्ये भाग घेणे त्याला जमत नाही (हे नंतर उघड झाले). शेवटी युद्ध जिंकले जाते, पंडोरा वाचविला जातो व त्यानंतर जेक पंडोरावर शांतपणे राहू लागतो.

अर्थातच येथे बऱ्याच सविस्तर माहितीचा अभाव आहे; पण गोष्टीचा कणा मजबूत आहे, त्यामुळे ही गोष्ट लोकांना खिळवून ठेवते व लोकांच्या अपेक्षेप्रमाणे उलगडत जाते. लिखित स्वरूपातील, तोंडी सांगताना किंवा चित्रपटाद्वारे सांगताना व लहान किंवा मोठी गोष्ट असली तरी गोष्टीचा कणा सर्वत्र लागू पडतो. एकदा मूलभूत गोष्टी ठीक असल्यावर त्यामध्ये आपल्याला पाहिजे, त्याप्रमाणे अनेक प्रकारे बदल करता येतात.

## अंतर्गत गोष्टी

कोणत्याही संभाषणात एक अत्यंत महत्त्वाचा मुद्दा असतो. त्यामध्ये अनेक लक्षात राहण्यासारखे मुद्दे असतील; पण एक मुद्दा हा अत्युत्तम, सर्वांत उच्च असतो.

याची वेगवेगळी रूपे असू शकतात. तुम्ही एकत्र खळखळून हसण्याची शक्यता असते, तसेच तुम्ही दोघेही भावनाप्रधान होऊन रडण्याची शक्यता असते. एखाद्या विषयावर दुसऱ्या कोणाचाही नसेल असा एक मजबूत दृष्टिकोन तुमच्या दोघांचाही असू शकेल. भयानक किंवा अतिशय विनोदी असे काहीतरी तुम्ही दोघेही पाहाल. काहीतरी पाहिल्यावर येणारे हसू दाबण्याचा तुम्ही खूप प्रयत्न कराल. तुम्ही एकमेकांची वाक्ये पूर्ण करता. बहुतांश वेळा जर सर्व पायऱ्या योग्य पद्धतीने घेतल्या तर तुमच्या गोष्टी अत्युत्तम व उच्च असतील कारण भावनेचा प्रभाव आणि गुप्त कारस्थान यांचा अंतर्भाव करून त्या निर्माण केलेल्या असतील. यामुळे काम सोपे होते. कारण, नंतर चांगली फळे मिळण्यासाठी तुम्ही बीजारोपण करीत आहात.

हा महत्त्वाचा मुद्दा नंतर परत संभाषणात आणणे म्हणजे एक *अंतर्गत विनोद* उकलून सांगणे असते, त्यामुळे एखादा अंतर्गत विनोद निर्माण करणे सोपे होण्यासाठी तुम्ही संभाषणात फक्त आधीच्या महत्त्वाच्या

मुद्द्याचा संदर्भ द्या. तो मुद्दा ध्यानात ठेवा व तो नंतर वापरण्यासाठी शिल्लक ठेवा. महिनाभर शिल्लक राहिलेले दूध वास येत असल्यामुळे फेकून देण्यास तुम्ही घाबरत असता, त्याप्रमाणे हा महत्त्वाचा मुद्दा शिळा होऊ देऊ नका. समजा, तुम्ही एक चांगली गोष्ट आधी सांगितली असेल किंवा एक चांगली गोष्ट प्रतिसाद म्हणून ऐकली असेल, तर सध्याच्या संभाषणाच्या संदर्भात ती पुन्हा आणणे एवढेच तुम्हाला करायचे आहे.

उदाहरणार्थ, संभाषणात तुम्ही आधीच तुमची आवडीची वैनार कुत्र्याची गोष्ट सांगितली असेल. त्यात एक महत्त्वाचा उच्च मुद्दा होता तो म्हणजे तुमच्या आकारामुळे तुमची तुलना वैनार कुत्र्याबरोबर होते.

आता संभाषणाचा विषय फॅशन, वैयक्तिक शैली व वेगवेगळ्या प्रकारचे कोट हा आहे. आपला आधीचा वैनार कुत्र्याचा महत्त्वाचा मुद्दा सध्याच्या संभाषणात कसा आणाल? *'हो; पण मी त्या प्रकारचे कोट दुर्दैवाने घालू शकत नाही. कारण, मी वैनार कुत्र्यासारखा आहे हे लक्षात आहे ना?'*

तुमचा आधीचा विषय घ्या. तो तुमच्या गोष्टीचा विषय असेल अशी आशा करतो आणि नंतर तो सध्याच्या विषयाबरोबर वापरा. जुना विषयच तुम्ही नवीन संदर्भात परत आणत आहात आणि पहिल्या खेपेस तो मजेशीर वाटला नसला तरी या खेपेस तो जास्त भावेल. यातील सर्वांत चांगला भाग म्हणजे त्याच मुद्द्याचा वारंवार वापर करीत राहून अधिक चांगली अद्वितीय जवळीक निर्माण करू शकता. (अंतर्गत विनोद)

ज्याला तुम्ही संभाषणातील उच्च मुद्दा समजाल अशा मजेशीर किंवा स्मरणात राहतील अशा गोष्टी ऐका. त्या आपल्या साठवणीत ठेवा. उंच गवतात चित्ता जसा दबा धरून असतो, त्याप्रमाणे संभाषणात वेगळ्या संदर्भात किंवा विषयात ही गोष्ट सांगण्याची संधी घ्या. तेथे या गोष्टीचा वापर करा.

आता आणखी एक उदाहरण पाहू या.

आधीच्या संभाषणातील उच्च मुद्दा : वाहनतळावरील गाळ्यांचा तिरस्कार करणारी गोष्ट.

सध्याचा संभाषणाचा मुद्दा : हवामान

*आधीचा मुद्दा परत आणणे : हो, जेव्हा आपल्याला गाडी लावण्यासाठी आपल्या घराच्या आजूबाजूच्या दहा चौकांच्या आसपाससुद्धा जागा मिळत नाही, तेव्हा पाऊस अगदी स्वागतार्ह वाटेल.*

आता आणखी एक उदाहरण :

आधीच्या संभाषणांती उच्च मुद्दा : डोनटच्या आवडीबद्दल गोष्ट

संभाषणाचा सध्याचा विषय : कामाचा तिटकारा

आधीचा मुद्दा परत आणणे : समजा तुमच्या कार्यालयाने तुम्हाला डोनट फुकट दिले तर? कामाबद्दलचे तुमचे मत बदलण्यासाठी तुम्हाला किती डोनट पाहिजेत?

ज्या प्रकारे ऑर्केस्ट्रा दिग्दर्शित करणारा त्याच्या संगीतातील एखादा उच्च आकृतिबंध वेगवेगळ्या प्रकारात किंवा गाण्यात वापरू शकतो, त्याचप्रमाणे तुम्हीसुद्धा संभाषणातील उच्च मुद्दा वारंवार वापरू शकता. पहा, काहीच हाताशी नसताना तुम्ही एक अंतर्गत विनोद निर्माण केला आहे.

## गोष्टी कथन करण्यास सांगा

गोष्टी सांगण्याकडे बहुधा सगळे लक्ष केंद्रित असते – पण इतरांना गोष्टी *सांगण्यास* प्रोत्साहन देऊन चांगली गोष्ट सांगितल्यावर तिचा छान परिणाम झाल्याचे समाधान त्यांना मिळू द्यावे ना! आपण थोडेसे

बाजूला होऊन सर्वांचे ध्यान इतर कोणावर केंद्रित का होऊ देऊ नये? (हे कौशल्य संभाषणात व आयुष्यात सर्वसाधारणपणे कमी लेखले जाते.) त्यांच्या गोष्टी सांगण्यासाठी त्यांना तुम्ही कसे विचारता हा मुद्दा आहे. लोकांना तासन्तास बोलते करण्याचे मार्ग आहेत व त्यांना एका शब्दात रुक्ष उत्तर देण्यास भाग पाडणारे मार्गही आहेत.

उदाहरणार्थ, जेव्हा तुम्ही खेळाचे सामने पाहता, तेव्हा खेळ संपल्यानंतरच्या मुलाखती हा सर्वांत अतार्किक भाग असतो. त्या खेळाडूंच्या ग्रंथींमधून अद्याप संप्रेरके वाहत असतात, त्यांना दम लागलेला असतो व काही वेळा त्यांचा घाम वार्ताहराच्या अंगावर उडत असतो. चांगले उत्तर किंवा गोष्ट यासाठी ही परिस्थिती अजिबात पूरक नाही.

...आणि तरीही जेव्हा रेडिओ किंवा दूरचित्रवाणीचा वार्ताहर खेळाडूची मुलाखत घेतो, तेव्हा विचारल्या जाणाऱ्या प्रश्नांबद्दल तुम्हाला काही चमत्कारिक वाटते का? मुलाखत घेणाऱ्यांचे काम खरोखर अशक्यप्राय असते व थोडे बऱ्यापैकी उत्तर घेऊन ते मुलाखत संपवितात - ते उत्तर म्हणजे निदान निरर्थक तरी असत नाही. खेळाडू मानसिकदृष्ट्या सुसंगत उत्तर देण्याच्या अवस्थेत नसतानाही त्याच्याकडून तसेच उत्तर मिळविणे हे मुलाखतकाराचे काम असते. हे काम ते कसे करतात?

'दुसऱ्या भागातील त्या क्षणाबद्दल मला सांगा. तुम्हाला त्याबद्दल काय वाटले व प्रशिक्षकाने परिस्थिती कशी बदलली?' अशा प्रकारचा प्रश्न विचारेल. त्याच्या उलट म्हणजे 'तुम्ही कसा काय विजय मिळविला?' किंवा 'या सामन्यात तुम्ही परिवर्तन कसे घडवून आणले? जोमाने वर उठलात व सर्व बंधने झुगारून विजय प्राप्त केलात' याऐवजी 'सामना तुम्ही कसा आपल्या बाजूने फिरविला?'

याची गुरूकिल्ली म्हणजे गोष्ट न विचारता ते उत्तर विचारतात. त्यांच्या प्रश्नाची रचना अशी असते की, त्याचे उत्तर प्रत्यक्षात गोष्टीनेच द्यावे लागते.

वार्ताहर खेळाडूंना सविस्तर माहिती देतात, संदर्भ देतात, सीमा ठरवून देतात व दम लागलेला असताना एका शब्दात उत्तर देण्याऐवजी सविस्तर बोलण्यासाठी योग्य परिस्थिती निर्माण करतात. आपल्याला काय उत्तर हवे आहे व त्यांनी ते कशा पद्धतीने द्यावे याचा जवळ जवळ आराखडा खेळाडूला देण्यासारखे आहे. बोलत राहणे व गोष्ट सांगणे त्यांच्यासाठी सोपे करतात. तुम्हाला कोणीतरी प्रश्न विचारत आहे व त्या प्रश्नात त्यांना नक्की काय उत्तर हवे आहे याचा इशारा देण्यासारखे हे आहे.

काही वेळा आपल्याला असे वाटते की, संभाषणातील जास्तीत जास्त वाटा आपणच उचलत आहोत व समोरील व्यक्ती संभाषण पुढे नेण्यास फारशी मदत करीत नाही. त्यांच्यासाठी संभाषण सोपे करीत नाही ही बाब झाकण्यासाठी आपण दिलेले ते कारण आहे. ते फारसे बोलत नसतील; पण त्यांना बोलते करण्यासाठी तुमचे प्रश्न चुकीचे असतील व त्यामुळे त्यांचे प्रतिसाद भयंकर असतील. तुम्ही संभाषणाची जबाबदारी घेत आहात असे तुम्हाला वाटत असेल, तर नक्कीच तुम्ही चुकीचे प्रश्न विचारत आहात.

पोषक मुद्दे दिले, तर संभाषणात सहभाग घेणाऱ्या सर्वांसाठीच ते खूप आनंददायक होऊ शकते. दुसरी व्यक्ती अपयशी होण्यासाठी संभाषणाचा ओघ स्थापन केला, तर संभाषणकलेमध्ये तुम्ही अनुकंपनीय आहात, त्यामुळे तुमचा सहभाग कमी होईल व दुसऱ्याची कमी फिकीर कराल व संभाषण समाप्त होईल.

फारसा प्रयत्न न करता लोक जेव्हा मोघम प्रश्न विचारतात, तेव्हा माझ्या उत्तरात कदाचित त्यांना रस नाही हे मला समजते. उपलब्ध वेळेचा ते उपयोग करून घेत नाहीत व शांतता दूर करण्याचा प्रयत्न करीत नाहीत. सर्वांसाठी चांगले संभाषण व परिस्थिती निर्माण होण्यासाठी क्रीडा क्षेत्रातील रेडिओ व दूरचित्रवाणीचे वार्ताहर जसे प्रश्न विचारतात तसे विचारा. लोकांना माहिती सांगावीशी वाटेल अशा पद्धतीने प्रश्न विचारा.

गोष्टी या वैयक्तिक, भावनांसहित आणि लक्षवेधक असतात. त्यामध्ये एक विचार प्रक्रिया व कथा असतेच. गोष्टींमधून तुमचे व्यक्तिमत्त्व दिसते व इतर कोणाबद्दल कसे जाणून घ्यावे हे समजते. त्यातून लोकांच्या भावना उघड होतात आणि ते कसा विचार करतात हे समजते. शेवटचे व सर्वांत महत्त्वाचे म्हणजे तुम्ही काय पसंत करता किंवा कशाची पर्वा करता हे दिसते.

ज्या प्रश्नाचे उत्तर थोडक्यात आहे, त्याच्याबरोबर याची तुलना करा. अशी उत्तरे कंटाळवाणी असतात व लोकांनी विचारात घ्यावी अशी नसतात. ते तुमच्या प्रश्नाचे शब्दशः व थोडक्यात उत्तर देतील; पण त्यामुळे पुरेसे संभाषण होणार नाही. लोकांना उथळ प्रश्न विचारल्यामुळे त्यांची अवस्था अशी होईल की, त्यामुळे संभाषण होऊ शकणार नाही.

‘दिवसातील तुमचा सर्वांत चांगला भाग कोणता होता? वाहन लावण्यासाठी इतक्या जवळ तुम्हाला जागा कशी मिळाली हे सांगा,’ असे विचारणे व ‘तुम्ही कसे आहात?’ हे विचारणे यातील फरक पाहा.

एखाद्याला जेव्हा तुम्ही दुसरा प्रश्न विचारता, तेव्हा तुम्ही एका झटपट व त्याचा फारसा सहभाग नसेल अशा प्रकारच्या उत्तराकडे पाहत आहात. तुम्ही आळस करीत आहात, त्याच्या उत्तरामध्ये तुम्हाला फारसा रस नाही किंवा संभाषणाचा बोजा त्याने उचलावा असे तुम्हाला वाटते. दोन्हीपैकी जेव्हा पहिला प्रश्न विचारता, तेव्हा त्यांना तुम्ही त्या दिवसातील एक विशिष्ट गोष्ट सांगण्यास आमंत्रित करीत आहात. ज्या घटनाक्रमामुळे त्यांचा दिवस चांगला गेला की वाईट तो सांगण्यास तुम्ही प्रोत्साहन देत आहात आणि अशा प्रश्नास एका शब्दात उत्तर येणे शक्य नाही.

दुसरे उदाहरण म्हणजे ‘तुमच्या कामातील सर्वांत रोमांचक भाग कोणता? तुम्ही जे फरक घडवून आणत आहात त्याबद्दल काय

वाटते?' असे विचारण्याऐवजी एक सामान्य प्रश्न पाहा, 'तुम्ही काय करता?' पैसे कमावण्यासाठी ते काय करतात असे विचारले तर उर्वरित संभाषण असे असेल, 'मी अमुक अमुक करतो, तुम्ही काय करता?'

...आणि शेवटचे उदाहरण म्हणजे, 'आठवड्याच्या अखेरीबद्दल तुम्हाला काय वाटले? त्यातील सर्वांत चांगला भाग कोणता?' बाहेर वातावरण एवढे छान होते याऐवजी, 'तुमची आठवड्याची अखेर कशी होती?'

सोपी उत्तरे देण्याऐवजी जर लोकांना गोष्टी सांगण्यास प्रवृत्त केले, तर त्यांना बोलण्याची संधी मिळते व त्यांची भावनिक गुंतवणूक होते. यामुळे संभाषण अर्थपूर्ण आहे अशी त्यांची भावना वृद्धिंगत होते. तुमचा प्रश्न अगदी सामान्य आहे असे न वाटता तुम्हाला त्यांचे उत्तर ऐकण्यामध्ये खरोखरच रस आहे असे वाटते.

प्रश्न विचारताना पुढील मार्गदर्शक मुद्द्यांचा विचारा करा :

१. गोष्ट सांगा अशी पृच्छा करा.
२. विस्तृत बोला पण विशिष्ट दिशा दर्शवा किंवा संभाषण पुढे जाण्यासाठी काही मुद्दे द्या.
३. काय वाटते आहे व भावना काय आहेत याबद्दल विचारा.
४. त्यांच्या उत्तरावर सविस्तर सांगण्यासाठी त्यांना दिशा दर्शवा, अनेक मुद्दे, सूचना व शक्यता सांगा.
५. या सर्वांचा उपयोग झाला नाही तर सरळ विचारा – 'अमुक विषयाबद्दलची गोष्ट मला सांगा...'

तुम्हाला ज्याची उत्सुकता आहे, त्याबद्दल दुसऱ्याने माहिती द्यावी अशी कल्पना करा. इतर उदाहरणे पुढीलप्रमाणे आहेत :

१. 'ते कसे होते?' याऐवजी 'त्या वेळेची तुमची हकिकत सांगा...'
२. 'ते कसे होते?' याऐवजी 'तुम्हाला ते आवडले का?'
३. 'तुम्ही कसे आहात?' याऐवजी 'तुमचे लक्ष केंद्रित झालेले दिसते. सकाळी काय घडले...'

जुन्या प्रकारच्या आपोआप येणाऱ्या उत्तरांपेक्षा तुम्ही एखादी गोष्ट किंवा माहिती काढून घेता (आणि गोष्ट सांगता) त्याबद्दल विचार करू या.

सोमवारी सकाळी तुम्ही तुमच्या सहकाऱ्यास 'हॅलो' म्हणता व त्याचा शनिवार व रविवार कसा होता हे विचारता. त्यांनी तुम्हाला तुमचा शनिवार व रविवार कसा होता हे विचारले तर काय सांगायचे हे या क्षणी तुम्ही ठरविलेले आहे. प्रत्यक्षात ('छान' किंवा 'ठीक') अशा उत्तराची त्या व्यक्तीस अपेक्षा नसते, तर त्यांना काहीतरी मनोरंजक *ऐकायचे असते;* पण ते सांगण्यास तुम्हाला संधी मिळत नाही. कारण, तुम्ही 'तुमचा शनिवार व रविवार कसा होता?' हे विचारता. 'सगळ्यात मला सर्वांत मनोरंजक भागाबद्दल सांगा. – तुम्ही फक्त सिनेमा पहिला नाही हे मला माहीत आहे.'

आता ती व्यक्ती मनमोकळेपणे बोलू लागते. शनिवारी रात्री एकटाच अनिच्छेने एका क्लबमध्ये, एका अंत्ययात्रेस आणि एका मुलाच्या वाढदिवसाच्या पार्टीला गेल्याचे सांगते. अशा प्रकारच्या संभाषणातून गाडी पुढे वेगाने जाऊ शकते व संभाषण मनोरंजक होते. अनेकांना जी वाईट सवय आहे– अनावश्यक व कंटाळवाणे छोटेखानी संभाषण – ती टाळण्यात तुम्ही यशस्वी झाला आहात.

बहुतांश लोकांना स्वतःबद्दल बोलायला आवडते. या माहितीचा फायदा करून घ्या. तुमच्या संकेतानुसार समोरील व्यक्ती जेव्हा तिची गोष्ट सांगण्यास सुरुवात करते, तेव्हा तुमच्या हावभावांतून, देहबोलीतून व इतर मूक संदेशातून तुम्ही कोणता प्रतिसाद देत आहात

याची जाणीव तुम्हाला असू द्या. कोणत्याही गोष्टीत किमान एक तरी महत्त्वाचा उच्च मुद्दा असणार त्यावर लक्ष केंद्रित करा व तुम्ही गोष्टीत गुंगला आहात हे सांगण्यास अनमान करू नका.

तुम्ही संभाषणात गुंतला आहात व त्यात काही भर घालण्यास तयार आहात हे दाखविण्यासाठी एक पूर्वसूचना देतो, तिला मी *'गाढवाला शेपूट लावणे'* असे म्हणतो. या कृतीस कदाचित एखादे चांगले नाव असू शकेल पण तूर्त हे चालेल. दुसऱ्याकडून येणारी गोष्ट म्हणजे गाढव व तुम्ही जी भर घालता ती शेपटाची. यामुळे आपण सहभाग घेत आहोत अशी भावना तुमच्यात निर्माण होते. तुम्ही लक्ष देऊन ऐकत आहात हे समोरील व्यक्तीस समजते व हे तुम्ही दोघांनी एकत्र काहीतरी निर्माण करण्यासारखे आहे. याचे सार म्हणजे गोष्टीचा जो प्रभाव पडणे आवश्यक आहे असे समोरील व्यक्तीस वाटते ती तुम्ही आत्मसात करीत आहात व त्यात भर घालत आहात. गोष्ट सांगण्यामध्ये तुम्ही त्यांना साहाय्य करीत आहात – तुमच्याकडून त्यांना एक विशिष्ट प्रतिसाद अपेक्षित आहे व शेपूट किंवा शेपटी म्हणजे त्यांना जे हवे आहे, त्यापेक्षा जास्त काही तरी तुम्ही देत आहात.

तुम्ही असे केलेले लोकांना खूप आवडेल. कारण, जेव्हा तुम्ही असे करता, तेव्हा त्यांच्या गोष्टीस साहाय्य करण्याची व त्यांना महत्त्व देण्याची तुमची मानसिकता तयार होते. येथे एक उदाहरण आहे :

बॉबची गोष्ट : 'मी बँकेत गेलो होतो, तेव्हा अडखळून पडलो व पैसे खाली पडले, माझ्याकडच्या पैशाचा अनवधानाने पाऊस पडला.'

शेपटी : आपण स्क्रूज मॅकडक आहोत असे क्षणभर तुम्हाला वाटले का?

जेव्हा तुम्ही शेपटी लावता, तेव्हा त्या गोष्टीतील प्राथमिक भावना काय आहे, त्यावर लक्ष केंद्रित करा व नंतर आपले विधान करून त्या भावनेचा प्रभाव वाढावा. आपण श्रीमंत आहोत असे बॉबीला

वाटले ही गोष्ट आहे व स्क्रूज मॅकडक हे एक बदक सोने दुप्पट करणाऱ्या तळ्यात पोहते म्हणजे गोष्टीत भर पडते आणि बॉब जे अभिमानाने सांगत आहे त्याला धक्का लागत नाही.

सब्रीनाची गोष्ट : 'माझे भोजन झाल्यावर कंपनीच्या अध्यक्षांची व माझी अचानक भेट झाली आणि मी आधीच्या मीटिंगमध्ये ज्या उत्तम कल्पना सांगितल्या होत्या, त्यामुळे त्यांना माझी आठवण आहे असे ते म्हणाले.'

शेपटी : 'हे अगदी तुम्ही सौंदर्यस्पर्धा जिंकल्यासारखे आहे!'

सब्रीनाला आपले कौतुक झाले व आशा उत्पन्न झाली, त्यामुळे सौंदर्यस्पर्धेची कल्पना त्या भावनेत भर घालते. इतरांच्या गोष्टी सांगण्यामध्ये त्यांना साहाय्य करण्याची सवय लावून घ्या. ते सोपे आहे, मजेशीर आहे व तुम्ही लोकांना साहाय्यभूत होता, त्यामुळे त्यांना ते खूप आवडते.

## यातून घेण्याजोगे :

- एखादी गोष्ट लहान मुले जशी लक्षपूर्वक ऐकतात, त्याप्रमाणे मोठेही ऐकत असतील तर ते खिळवून ठेवणे होईल. गोष्टी सांगणे हा मोठा विषय आहे व तो जास्तच क्लिष्ट बनविण्यात आला आहे; परंतु ही भावना निर्माण करण्याचे दैनंदिन जीवनात अनेक लहानसहान मार्ग आहेत. लोकांना खिळवून ठेवणे सोपे नाही; पण त्यासाठी आवश्यक क्षमता आपल्या सर्वांमध्ये आहे. ती कोठे आहे व तेथे कसे पोहोचायचे हे आपल्याला माहीत असावे लागते.
- रोज गोष्टी सांगणे म्हणजे तुमचे जीवन हे एक गोष्टींची, छोट्या गोष्टींची शृंखला आहे अशी कल्पना करणे. एका शब्दात उत्तर देण्याऐवजी तुमच्या उत्तरात एखादी गोष्ट एका मुद्द्यासह

आणायची सवय करा, त्यामुळे लोक संभाषणात अधिक गुंततात, तुम्हाला तुमचे व्यक्तिमत्त्व दर्शविण्याची संधी मिळते व संभाषण सुरळीत होते. यासाठी तुम्ही पूर्वतयारी करू शकता हा आणखी एक फायदा आहे.

- गोष्ट सांगण्याची १:१:१ पद्धत म्हणजे ती शक्य तेवढी सोपी करणे. दोन वाक्यांऐवजी दहा वाक्यांत गोष्ट सांगितली म्हणजे ती जास्त प्रभावी असेलच असे नाही, त्यामुळे १:१:१ पद्धत गोष्ट संपल्यानंतर जी चर्चा होते व प्रतिसाद मिळतो त्यावर केंद्रित आहे. गोष्टीसाठी फक्त १. एक कृती, २. एक भावना उत्पन्न करणे आणि ३. एका वाक्यात सारांश आवश्यक आहे. पाल्हाळ लावू नका व तुमचा श्रोता संभाषणात पूर्णपणे भाग घेत आहे असे त्याला वाटेल याची खात्री करा.
- गोष्टीचा कणा म्हणजे जवळ जवळ प्रत्येक सिनेमाचे सूत्र आहे. तुमच्या रोजच्या गोष्टींमध्ये व संभाषणात वापरता येईल अशी ही रचना आहे. कारण, गोष्टींमध्ये कोणत्या भावना आहेत हे यातून तुम्ही शिकता. तेथे एक परिस्थिती आहे, काहीतरी घटना घडते व बदलास प्रारंभ होतो, आहे, ती परिस्थिती बदलणारे परिणाम होतात, उत्कटबिंदू किंवा निष्कर्ष आणि त्यानंतर काय घडते हे आहे.
- गोष्टीच्या आधारे अंतर्गत विनोद मिळू शकतो. त्याबद्दल विचार केला तर असे दिसेल की, अंतर्गत विनोद हा एखाद्याला वारंवार वापरता येऊ शकतो व त्यातून सकारात्मक भावना उत्पन्न होते. एकच विषय वेगवेगळ्या संदर्भात आणला जातो म्हणजे संभाषणामध्ये तुम्ही एखादी गोष्ट आठवून सांगा. तीही तेथे चपखल बसण्याची शक्यता आहे : 'आपण या विषयाबद्दल बोललो होतो हे आठवते का...' याचा जितका अधिक वापर तुम्ही करता, तितकी तुम्हा दोघांमध्येच एक अद्वितीय जवळीक निर्माण होते.

- गोष्टी सांगण्याचे तुमचे कौशल्य वाढविणे महत्त्वाचे आहे; पण दुसऱ्याकडून माहिती काढून घेण्याचे काय? लोकांकडून फक्त उत्तरं मिळविण्याऐवजी गोष्टी मिळविण्यासाठी तुम्ही तुमच्या प्रश्नांची रचना करू शकता. सर्वांसाठीच संभाषण सोपे व आनंददायक करण्याचा हा सोपा मार्ग आहे. लोकांना बोलते करण्याचे व बोलते ठेवण्याचे मार्ग आहेत. ज्या भावना निर्माण करण्याचा लोक प्रयत्न करीत आहेत त्यावर अचूक बोट ठेवणे हे १:१:१ पद्धतीमध्ये आहे. त्याचा विस्तार करण्यासाठी तुम्ही *गाढवाला शेपूट लावून* लोकांच्या गोष्टींमध्ये धोरणीपणे भर घालू शकता.

प्रकरण चौथे

# संभाषण ओघवते व अडथळ्याविना चालू ठेवा

होय, छोटेखानी संभाषण व त्याचे इतर सर्व प्रकार हे खूप भयानक आहेत. त्यातून आपल्याला जे निष्पन्न होते त्यासाठी काही अंशी आपणच जबाबदार आहोत ही वस्तुस्थिती बदलत नाही.

छोटेखानी संभाषण चैतन्यरहित होऊ नये व संभाषणात भाग घेणाऱ्यांना जे अपेक्षित नाही तेथे जाऊ नये म्हणून आपण काय करू शकतो? काही वेळा ते संथ गतीने एखाद्या खोल दरीत जात असताना पाहण्यासारखे होते व आपल्याला माहीत असते की, त्या बाबतीत आपण काहीच करू शकत नाही व त्यातून बाहेर पडणे हाच एक मार्ग असतो.

छोटेखानी संभाषण छोटे राहू नये यासाठी येथे काही मार्ग दिले आहेत.

## गती निर्माण करा

तुम्हाला असे वाटणार नाही; पण संभाषण व परस्परसंवाद हे नेहमी पुढे जात राहिले पाहिजेत, त्यामध्ये गतीची भावना पाहिजे.

जेव्हा संभाषणात गती असते, तेव्हा त्यामध्ये बाहेरून ऊर्जा आणि अत्यंत उत्साह ओतण्याची आवश्यकता असते, असे नाही. तुम्ही त्याच विषयावर दीर्घकाळ राहू नये व संभाषणाचे पैलू या ना त्या पद्धतीने समोर येत राहावेत, नाहीतर संभाषणातील रस निघून जाईल. संभाषण सखोल किंवा विविध विषयांवर किंवा एखाद्या विशिष्ट विषयावर किंवा एकदमच वेगळ्या विषयावर असावे; पण जर तुम्ही एकाच ठिकाणी स्थिर राहिलात, संभाषणात गती नसेल तर... पहा... तुम्ही काय करीत आहात?

असे संभाषण साधारणपणे या प्रकारे असेल :

*'म्हणजे येथे येण्यासाठी तुम्हाला एक तास वाहन चालवावे लागले का? हा वेडेपणा आहे... रहदारी वेड्यासारखी आहे; पण हल्ली प्रत्येकालाच असा प्रवास करावा लागतो. आज रहदारी कशी होती?'*

या परस्पर संवादामध्ये गती नाही हे तुम्हाला जाणवत असेल. याकडे आता आपण थोडे नाट्यमय पद्धतीने पाहू. असे समजू की, एका दंतवैद्याला भेटणे हा या नाट्याच्या आरंभीचा विषय आहे व त्याची सुरुवात लॉबीमध्ये होत आहे. हे संभाषण लॉबीमध्येच राहते का? अजिबात नाही. यापैकी एका मार्गाने ते जाईल.

हे नाट्य/संभाषण दंतवैद्यच्या कार्यालयात पुढे चालू राहील.

या नाट्यामध्ये कदाचित आणखी काही पात्रांचा सहभाग होईल.

नाट्याचा केंद्रबिंदू दंतवैद्य न राहता बदलून अगदी वेगळाच असेल.

ज्या कारणासाठी आधी हे नाट्य सुरू झाले तेच कदाचित बदलेल, आलेला रुग्ण दात स्वच्छ करून घेण्यासाठी आला नसेल, तर तो एक खुनी असेल आणि असेच काही... लॉबी हा फक्त गोष्टीचा एक भाग आहे व गतीसाठी ते ठिकाण तात्पुरते असले पाहिजे.

याचा विरोधाभास म्हणजे नाट्य लॉबीमध्येच राहते, त्यातील पात्रे तीच आहेत व संभाषणही त्याच विषयावर आहे. हे अगदी खराब नाट्य नाही पण ते मनोरंजक होण्यासाठी त्याचे लेखन उत्कृष्ट असले पाहिजे आणि आपल्याला माहीत आहे की, छोटेखानी संभाषणामध्ये तसे नसते.

या भागातील मुख्य विचार म्हणजे छोटेखानी संभाषण व संवाद चांगला होण्यासाठी संभाषणात मुद्दाम गती निर्माण करणे किंवा जेथे संभाषण सुरू झाले, त्यापेक्षा वेगळ्या ठिकाणी संपवावे. उदाहरणार्थ, हवामानबद्दल तुम्ही जास्त वेळ बोलू शकत नाही. संभाषणाची गती त्यापासून दूर नेली पाहिजे किंवा त्यात एक नवीन पैलू आणला पाहिजे. तुमचे संभाषण गोष्टीसारखे किंवा सिनेमासारखे असले पाहिजे. त्यामध्ये वेगवेगळ्या प्रकारच्या विशिष्ट गती बोलता बोलता झटकन आणण्यास शिका.

जेव्हा तुम्ही सिनेमा पाहण्यास जाता, तेव्हा तुमच्या दैनंदिन जीवनातील गोष्टींप्रमाणे काही पाहण्यास जात नाही. ज्या गोष्टींमध्ये काही महत्त्वपूर्ण किंवा नेहमीपेक्षा वेगळे किंवा विलक्षण असेल व तुमच्या रोजच्या अनुभवांपेक्षा काही तरी वेगळे असेल ते पाहण्यास तुम्ही जाता. एखाद्या चरित्रात्मक चित्रपटात त्या व्यक्तीचा दैनंदिन दिनक्रम पाहण्यासारख्या निरस गोष्टीत तुम्हाला रस नसतो.

त्याऐवजी काही अद्वितीय, मनोरंजक किंवा अतिशयोक्तीचे क्षण पाहण्याची तुमची इच्छा असते. संघर्ष, त्यातून मार्ग काढणे व नंतर संघर्षाचे निराकरण पाहायचे आहे. नेहमीच्या संभाषणातसुद्धा एकाच ठिकाणी न थांबता गती आणून हे साध्य करता येते.

संभाषण जर एका जागी स्थिर राहिले, तर ते वेळकाढू व कंटाळवाणे होते. कारण, जर गती नसेल, तर बोलण्याचे विषय साहजिकच संपतात. हवामानाबद्दलसुद्धा तुम्ही इतकी विधाने व अनेक प्रश्न करू

शकता हे मी आधी सांगितले आहे, तर हवामानाबद्दल बोलताना तुम्ही गती कशी निर्माण करू शकाल?

## गतीचे प्रकार

- हवामानासंबंधी एखाद्या विषयाकडे वळा.
- हवामानासंबंधी उथळ व वरवरचे बोलण्यापेक्षा सखोल जा.
- हवामानसंबंधीचा आपला एक वैयक्तिक अनुभव सांगा.
- त्यांना कोणकोणत्या प्रकारचे हवामान आवडते हे विचारा.
- हवामानामुळे त्यांच्या मनात काय भावना उत्पन्न होतात याबद्दल बोला.
- हवामानासंबंधी बारकाव्यासह तुमच्या मताची चर्चा करा.
- त्यासंबंधी विचित्र प्रश्न विचारा.
- हवामानासंबंधीच्या इतर बाबींचा संदर्भ द्या (वर्तमानपत्र, लेख, मित्र काय म्हणतात ते).

दंतवैद्याच्या लॉबीमध्ये जसे तुम्ही विषयांतर केले होते, त्याचप्रमाणे वरील उदाहरणात गती निर्माण केली आहे. उपरोल्लेखित विधाने, संभाषण हवामानावरच न राहता इतरत्र वळवण्यास भाग पाडतात किंवा त्या दंतवैद्याच्या लॉबीमध्येच राहत नाही.

परस्पर संवाद अनुकंपनीय होण्याच्या कारणांपैकी एक म्हणजे त्यामध्ये हळूच स्थिरता येणे व हे आपल्या सर्वांच्या बाबतीत थोड्या काळाने होते. आळशी मनुष्य याप्रमाणे संभाषण करतो – विषय व सविस्तर माहिती यासाठी तो दुसऱ्या व्यक्तीवर अवलंबून राहतो. गती निर्माण करण्याचा नियम स्थिरतेविरुद्ध लढा देतो व तुम्हाला आळशी परिपाठापासून दूर जाण्यास भाग पाडतो. परस्पर संवाद उच्च प्रतीचा

होण्यासाठी व संभाषण संपून कंटाळवाणे न होण्यासाठी एखाद्या विषयाचा चावून चोथा होण्यापूर्वीच तुम्ही दुसऱ्या विषयाकडे वळा.

जोसेफ कॅम्पबेल हा एका उत्तम विद्यापीठातील शिक्षणतज्ज्ञ होता. त्याने जगातील प्रमुख आध्यात्मिक परंपरांमधील प्रमुख दंतकथांचा अभ्यास केला. त्याच्या मतानुसार या महत्त्वाच्या दंतकथा व गोष्टी यांमध्ये काही समान घटक आहेत. त्या कोणालाही सांगितल्या जात असल्या तरी त्या नेहमीच परिणामकारक आहेत. कारण, त्यांचा भर 'नायकाच्या आयुष्यातील घटना' या उत्कृष्ट विषयावर आहे.

'अ' या ठिकाणी नायकाची गोष्ट सुरू होते व अशी काही परिस्थिती उद्भवते की नायकाला 'ब' या ठिकाणी जाणे भाग पडते. 'ब' येथून 'अ' येथे परत येताना काही घटना घडतात व नायकामध्ये कायमस्वरूपी परिवर्तन घडते व त्याला ज्ञानप्राप्ती होते.

नायकाच्या आयुष्यातील घटनांना लोक प्रतिसाद देतात. कारण, त्या लोकांना जवळच्या वाटतात. आपण सर्वांनीच संघर्ष केला आहे, त्यावर विजय मिळविला आहे. भीती, विरोध व अडथळे यांतून गेलेलो आहोत. जगातील सर्वच लोक, वेगवेगळ्या संस्कृतीतले, सामाजिक स्तरांतले व विविध शैक्षणिक परिस्थितींतील असले तरीही त्यांनी याच प्रकारे, अशाच घटना अनुभवलेल्या असतात हे नायकाच्या आयुष्यातील घटनाक्रमावरून स्पष्ट होण्यास अधिक साहाय्य होते.

चांगली संभाषणे ही प्रवासासारखी असतात. ती एका ठिकाणी कधीच थांबत नाहीत. त्यामध्ये एक दिशा, ज्याचे निराकरण करायचे आहे असा संघर्ष व ज्यातून मुक्ती पाहिजे असा एक तणाव असतो. तुम्ही आहात त्याच ठिकाणी असणार नाही; पण तुम्ही गोष्टीची समाप्ती साध्य करता. त्यामध्ये एक फायदा असतो जो गती निर्माण केल्यामुळे होतो.

आता आणखी एक उदाहरण पाहू ज्यामध्ये विषय आहे स्टेक (मांसाचा किंवा माशाचा भाजलेला मोठा तुकडा) :

गतीचे प्रकार :

- तुम्ही स्टेक हा विषय का आणलात व तुमच्या मनात काय होते?
- स्टेकसंबंधी तुमच्या आठवणी काय आहेत?
- स्टेकसंबंधी तुमचा दृष्टिकोन गेल्या काही वर्षांत कशा प्रकारे बदललेला आहे?
- स्टेकसंबंधीची एखादी सहज आठवलेली गोष्ट किंवा तुम्हाला असलेली माहिती.
- स्टेकसंबंधी तुमच्या भावना.
- स्टेकसंबंधी त्यांच्या आठवणी.

ज्या परस्परसंवादामध्ये गती आणली जाते तो संवाद इतर कोठे तरी जाईल हे स्पष्ट आहे; पण अनेक लोक येथे एका मोठ्या सापळ्यामध्ये अडकून सावज होतील. गतीच्या शोधात असताना मनात निश्चित कल्पना व ठिकाण यांचे नियोजन असणे हा धोका असतो.

काही कारणपरत्वे हे धोकादायक आहे.

प्रथम तीन पात्रे असलेल्या एका नाटकाची कल्पना करा. नाटक कसे कसे पुढे जाणार आहे याची या तिघांनाही कल्पना आहे म्हणजे ते तिघेही एकमेकांवर प्रभाव पाडत राहतील व प्रत्येक जण इतर दोघांना सर्वांना जेथे जायचे आहे, त्या दिशेने नेण्याचा प्रयत्न करेल. ते चांगले होणार नाही, तीन लोक एकाच वेळी स्वगत म्हणत आहेत हे ऐकायला तुम्हाला आवडत असेल तरच ते आवडेल.

दुसरे म्हणजे तुम्ही जेथे संभाषण नेण्याचे ठरविले आहे तेथे जात नसेल तर मोठे अपयश येण्याचा धोका असतो. कारण, संभाषण एका ठरावीक दिशेने नेण्यावर तुम्ही एवढे ठाम असता की, दुसऱ्या कोणत्याही विषयासाठी तुमची मानसिक तयारी नसते व वेगळ्या विषयाला चांगले जुळवून घेणे तुम्हाला जमणार नाही.

संभाषण किंवा नाटक गाड्या (कार्स) या विषयाकडे कसे वळवायचे याचाच विचार जर तुम्ही पूर्ण वेळ केलेला असेल आणि जर संभाषण वेगवेगळ्या प्रकारच्या हॅट्स या विषयावर गेले, तर तुम्हाला काहीच बोलता येणार नाही. जर कोणत्याही विषयाकडे जाण्याची तुमची तयारी असेल, तर तुम्ही परिणामकारक विधाने करू शकाल. कारण, तुमच्या डोक्यात दुसरा विचार नसेल.

तिसरे म्हणजे जर तुमच्या डोक्यात एक ठरावीक ठिकाण पक्के असेल, तर तुमचे संभाषण त्याच दिशेने जात राहील आणि याचाच अर्थ, तुमच्यासमोर इतर जे काही घडत आहे त्याकडे तुम्ही जाणूनबुजून दुर्लक्ष करीत आहात. कदाचित, तुमचे संभाषण ज्याच्याबरोबर चालू आहे, त्याच्या कल्पनांना व त्यालाही तुम्ही डच्चू देत आहात. कारण, तुम्हाला जे हवे आहे ते त्याच्याकडून मिळत नसते.

आता असे समजा की, तुम्हाला गाड्या या विषयाकडे यायचे आहे आणि इतर विषय मध्ये येत आहेत. तुमच्या विषयाने तुम्ही एवढे ग्रासलेले आहात की जरी तो विषय म्हणजे संभाषण अगदी दुसरीकडे वळविणे आहे, तरीही सतत तो विषय आणण्याचा तुम्ही प्रयत्न करीत राहता, जे स्वागतार्ह नाही. कारण, तुम्ही अनेक वेळा संभाषण दुसरीकडे नेण्याचा प्रयत्न केला. इतर काही ऐकण्यासाठी तुमचे कान बंद आहेत असे दिसेल व इतरांचे बोलणे तुम्ही ऐकले तरी आहे का असा विचार ते करतील. या वृत्तीमुळे तुम्ही संभाषणात न गुंतणारे ठरता.

त्याऐवजी, तुम्ही केव्हा एकाच विषयावर स्थिर आहात, तोच विषय परत परत खूप वेळ घोळवीत आहात हे ओळखा.

## जलद विचार करा

आता आपल्याला माहीत आहे की, गती निर्माण करणे आवश्यक आहे आणि त्यासाठी विषयच सुचत नाहीत असे काही वेळा होते. आपल्या मनाची पाटी कोरी असते. बोलण्यासाठी दुसऱ्या विषयांचा आपण विचार करीत असतो, तेव्हा आपला पेच अधिकच वाढतो, वाळूत रुतत जात असताना त्यातून बाहेर येण्याचा प्रयत्न करण्यासारखे हे आहे. तुमचा लढा अधिकच अवघड होतो. तुम्हाला कल्पना येण्यापूर्वीच चिंता आणि ताण वाढत जातो व तुमच्या वरील ओठावर घर्मबिंदू जमा होण्यास प्रारंभ होतो.

म्हणून संभाषण सोपे करू या.

संभाषण म्हणजे विधाने, गोष्टी व प्रश्न यांची एक शृंखला आहे. दोघांपैकी एका व्यक्तीने यातील एक सांगितले/विचारले तर दुसरी व्यक्ती कदाचित त्याच विषयावर किंवा त्याच विषयाशी संबंधित विषयावर प्रतिसाद देईल. संभाषण म्हणजे हेच आहे. त्याच विषयावर बोलणे किंवा संबंधित दुसऱ्या विषयाचा विचार करणे काही वेळा त्रासदायक होते.

येथे मुक्तपणे संबंध जोडणे कामी येते. *संभाषण हा मुक्तपणे संबंध जोडण्याचा एक प्रकार नाही का?*

उदाहरणार्थ, कोणीतरी मोटरसायकलबद्दल बोलण्यास सुरुवात केली आणि तुम्हाला त्यासंबंधी काहीच माहिती नसेल, तर तुमचा प्रतिसाद काय असेल? पण जर तुम्ही मोटरसायकलबद्दलचे ते वाक्य व संदर्भ घेतले व तो शब्द व ती कल्पना यावर लक्ष केंद्रित केले तर?

संभाषणात तुम्ही कितीही अडलेला असला तरी अगदी सोप्या, मुक्त संबंधांमुळे तुम्ही चटकन त्यामध्ये नवीन पैलू आणू शकता.

मोटरसायकलबद्दलच्या पाच गोष्टींशी मुक्त संबंध जोडा. वेगळ्या शब्दात सांगायचे म्हणजे मोटरसायकल हा शब्द ऐकताच तुमच्या मनात जे पाच शब्द येतात ते सांगा (नाव, ठिकाण, कल्पना, विधाने, भावना व शब्द). तुमच्या मनात दुसरा कोणताही विचार न आणता फक्त मोटारसायकल या शब्दावर मन केंद्रित करा. या शब्दामुळे तुमच्या काही पूर्वस्मृती व अनुभव यांना उजाळा मिळेल या पद्धतीने विचार करू नका. त्याऐवजी तुम्ही पूर्वी अनुभवलेल्या गोष्टींशी संबंधित नसतील अशा नवीन कल्पनांकडे पाहा.

शब्दाशी संबंधित गोष्टींचा विचार करण्याचा खेळ स्वतःशी खेळा. मोटरसायकल तुम्हाला कोणता विचार करण्यास प्रवृत्त करते? आपण फक्त बौद्धिक संबंधांचा विचार करीत आहोत.

तुम्हाला काय वाटते किंवा तुमच्या भावना काय आहेत ही गोष्ट येथे येत नाही. तुमचे अनुभव काय होते? तुम्हाला अतिदुःख झाले होते का? ही गोष्टसुद्धा येत नाही. त्याच्याशी याचा काही संबंध नाही. मोटरसायकलच्या कल्पनेने तुमचा ज्या गोष्टींशी संबंध येतो त्यांची यादी करा, असे हे बौद्धिक आव्हान आहे.

आता दुसरे शब्द पाहू. मांजर हा शब्द ऐकताच अनेकांना मांजरीची पिल्ले, मांजरीला कुरवाळणे, वाळू भरलेली पेटी, चित्ते, सिंह, मासे, सुशी, फर, कुत्रा, ॲलरजि या विषयांवरील संगीतिका असे विषय मनात येतात. येथे कोणतेही उत्तर बरोबर किंवा चूक नाही हे ध्यानात ठेवा. हे सर्व मुक्त संबंध आहेत. मांजर हा शब्द ऐकताच किती झटकन तुम्ही या शब्दाशी बौद्धिक संबंध असलेल्या गोष्टींची यादी करता हे महत्त्वाचे आहे.

'मला मांजर आवडते' असा एक प्रतिसाद एखाद्या प्रश्नाला किंवा विधानाला देण्यापेक्षा हे खूप सोपे आहे हे तुमच्या ध्यानात आले असेल. तरीही तुमच्यासाठी कामगिरी आणि आव्हान तेच आहे – समोरील व्यक्ती जे म्हणाली त्याबद्दल तुम्ही काय कराल? हा दृष्टिकोन व रचना यांच्या आधारे प्रत्यक्षात जे विधान केले गेले होते त्यापासून दूर जाऊन त्या विषयाशी संबंधित गोष्टींशी जुळणे खूप सोपे आहे.

काहीतरी वेगळा विचार करण्याचे प्रशिक्षण यामुळे तुमच्या मेंदूस मिळेल, संभाषण एकाच दिशेने करण्याऐवजी एक सोपी संकल्पना व शब्द किती नवीन दिशा दर्शवितात हे पाहा.

समजा एखाद्याने मोटारींच्या शर्यतींबद्दलची आपली आवड व्यक्त केली आणि तुम्हाला तर त्याबद्दल काहीच माहिती नाही. गाड्याच्या शर्यतींबद्दलच्या कोणत्या पाच किंवा सहा संबंधित गोष्टी तुमच्या मनात येतात?

माझ्या दृष्टीने १. NASCAR २. पेट्रोल ३. टायर ४. वेगवान व थरारक चित्रपट ५. जपान (मला विचारू नका) ६. मुस्तान्ग मॉडेलची गाडी. – संभाषणाचा ओघ तसाच ठेवून यांपैकी कोणत्याही संबंधित विषयावर बोलणे योग्य ठरेल.

'मोटारींच्या शर्यती पाहणे मला आवडते. ते किती मजेशीर आहे.'

'तुमचे म्हणणे NASCARच्या शर्यती की रस्त्यात होणाऱ्या बेकायदेशीर शर्यती?'

'त्या मोटारी एक लीटर पेट्रोलमध्ये किती अंतर जात असतील याचे मला नेहमीच आश्चर्य वाटत आले आहे.'

'त्या मोटारींचे टायर वेगळ्या प्रकारचे असतात का? माझ्या मोटारीचे टायर तशी शर्यत सहन करतील असे मला वाटत नाही.'

'म्हणजे *वेगवान व थरारक* चित्रपट तुम्हाला आवडतात का?'

'जपानमध्ये ड्रिफ्ट रेसिंग असा एक प्रकार आहे असे मी ऐकले आहे – तुम्हाला ते म्हणायचे आहे का?'

'माझी नेहमी अशी कल्पना आहे की, मोटारींच्या शर्यती या मुस्तान्गसारख्या शक्तिमान मोटारींच्याच होतात. तुम्ही त्या प्रकारच्या शर्यती पाहता का?'

'कॉफी' व 'रेल्वे गाड्या' यांच्याशी संबंधित शब्द घ्या. एकदा मनात आराखडा तयार असला की किती तरी प्रश्नांची रचना करून तुम्ही संभाषण करू शकता असा विचार करा.

आपण अडखळलो होतो तेथून *बाहेर पडलो* असे वाटेल...

जेव्हा तुम्ही प्रत्यक्ष संभाषणात असता, तेव्हा सर्वप्रथम असा प्रयत्न करण्याची वेळ नाही. संबंधित शब्दांचा विचार करण्याचा सराव एक आठवडाभर करा. तुम्ही जेवढा जास्त सराव कराल तेवढे तुम्ही अधिक चांगले व्हाल.

सराव करण्याची पद्धत अशी आहे : एका कागदावर कोणतेही पाच शब्द लिहा – नाम, क्रियापद, एखादी आठवण, भावना, काय वाटते ते. समजा नॅपकिन (मोठा हातरुमाल) हा तुमचा पहिला शब्द आहे. शक्य तितक्या वेगाने त्यासंबंधी तीन शब्द लिहा. तुमच्या मनातील शेवटचा शब्द घ्या व त्यासंबंधी तीन शब्द झटकन लिहा. असे तीन वेळा करा व नंतर पुढचा शब्दसमूह घ्या.

**नॅपकिन** – टेबल, चमचा, उंची उपाहारगृहातील जेवण.

**उंची उपाहारगृहातील जेवण** – फ्रान्स, मिचेलिन स्टार. बटलर.

**बटलर** – जीव्हस, पांढरे हातमोजे, मायकेल जॅक्सन.

आणि याच प्रकारे पुढे...

किंवा शब्दकोशामधून कोणताही एक शब्द घ्या व त्याच्याशी संबंधित १५ शब्द शक्य तितके जलद लिहून काढा. तसेच पुन्हा पुन्हा करा – हे तोंडी करा. कारण, त्यासाठी अत्यंत जलद विचार करणे आवश्यक आहे.

संबंधित शब्द शोधण्यात तुम्हाला पुरेसा आत्मविश्वास उत्पन्न झाल्यावर पुढचे पाऊल उचला आणि शब्दकोशातून कोणतेही दोन शब्द निवडा आणि ते एका कंपनीचे नाव आहे अशी कल्पना करा. त्यानंतर ती कंपनी काय करीत असेल याबद्दल एक छोटी गोष्ट तयार करा.

उदाहरणार्थ, तुम्ही निवडलेले दोन शब्द हे बाटली व आफ्रिका हे आहेत. आफ्रिकेमधून घरगुती पद्धतीने तयार केलेली दारू 'आफ्रिका बॉटल' ही कंपनी आयात करते अशी एक छोटी गोष्ट मी तयार करीन.

यानंतरच्या संबंधित शब्दांच्या सरावातील शेवटची पायरी म्हणजे शब्दकोशातून पाच शब्द निवडणे आणि ते पाचही शब्द ज्यात असतील अशी गोष्ट शक्य तितक्या जलद तयार करणे.

सरावासाठी दिलेले हे प्रश्न तुम्हाला खूप जलद व निर्मितीक्षम बनविण्याच्या उद्देशाने दिले आहेत, त्यामुळे पूर्ण वेगाने हे करणे अनिवार्य आहे. ते अवघड आहेत, त्यामुळे आरंभीचे तुमचे प्रतिसाद चमत्कारिक असतील; पण तुमचा पहिला दिवस व दहावा दिवस यात केवढा मोठा फरक असेल याची कल्पना करा. मुक्त असे संबंधित शब्द शोधणे व सराव करणे ही याची ताकद आहे.

जर संबंधित शब्द आणि संभाषण या दोन गोष्टींचे विश्लेषण केले, तर ते जवळ जवळ सारखे आहेत असे कदाचित तुम्हाला आढळेल. संभाषणात तुम्ही कोणाला तरी एखाद्या विषयावर प्रतिसाद द्याल

किंवा थोड्या संबंधित विषयावर बोलाल किंवा अगदी नवीन विषयवर बोलाल. मुक्त संबंधित/ शब्दांची विचारधारासुद्धा याच प्रकारची आहे म्हणजेच संबंधित शब्द शोधण्यातून संभाषणाचे विषय चटकन सुचण्यासाठी तुमचे प्रशिक्षण होते.

मुक्त संबंधित शब्द शोधण्याच्या सवयीमुळे चांगल्या संभाषणाचा पाया उत्तम तयार होतो. कारण, संभाषण म्हणजे संबंध नसलेल्या गोष्टींचा संबंध जोडणे, नवीन संबंध जोडणे व संभाषण ओघवते ठेवणे. पुढील खेपेस काहीतरी सांगण्यासाठी तुम्ही कसोशीने प्रयत्न करीत असाल, तेव्हा क्षणभर थांबा, थोडा विचार करा आणि तुमच्या आधीच्या सरावानुसार संबंधित शब्द शोधण्याच्या कौशल्यावर विसंबून राहा.

संभाषणाच्या इतर सर्व कौशल्यांप्रमाणेच अनेक वेळा सराव केल्यानेच त्यात तुम्ही प्रावीण्य मिळवता. यातील सर्वोत्तम भाग म्हणजे तुम्ही हे ताबडतोब करू शकता. चैतन्याच्या एका प्रवाहात तुम्ही अडकता. तेथे कोणतेही उत्तर बरोबर किंवा चूक नाही हे नेहमी लक्षात ठेवा. तुम्हाला जर असे वाटत असेल, तर तुम्ही स्वतःवर विनाकारण ओझे लादून घेता.

## *उपयुक्त संक्षिप्त शब्द*

HPM, SBR आणि EDR हे संक्षिप्त शब्द काय आहेत?

सोपे करून सांगायचे म्हणजे संभाषणातील कोणत्याही विषयासाठी वापरता येतील असे हे नऊ विशिष्ट प्रतिसाद आहेत. जर संभाषणात तुम्हाला थांबावे लागत असेल किंवा एक अवघड करणारी शांतता निर्माण होणार आहे असे जेव्हा वाटते तेव्हा संभाषण चालू ठेवण्यासाठी, उपयुक्त सूचना असलेले विषय शोधण्यासाठी आणि लोकांना प्रतिसाद देण्याचे मार्ग शोधण्यासाठी यांचा उपयोग होतो.

विद्युत जोडणी करून एखादे उपकरण जसे लगेच वापरता येते, त्याचप्रमाणे यांपैकी कोणत्याही एका प्रतिसादाचा वापर करा – त्याचा लगेच उपयोग होतो.

योग्य प्रतिसाद असेल, तर संभाषण त्वरित सुरू होण्यास आणि त्यात नवीन ऊर्जा आणण्यास त्याचा खूप चांगला परिणाम होतो. तुमचे संभाषण कौशल्य कितीही चांगले असले तरी मध्येच शांतता निर्माण होण्याचे प्रसंग आजूबाजूला असतातच. या संक्षिप्त शब्दांचा वापर केल्यामुळे संभाषणात व्यत्यय आणणाऱ्या गोष्टींवर मात करण्याचा मार्ग तुम्ही शोधू शकता.

## HPM

HPM म्हणजे History (इतिहास), Philosophy (तत्त्वज्ञान) व Metaphor (रूपक).

एखाद्या प्रश्नास किंवा विधानास प्रतिसाद देताना तुमच्या उत्तरारामध्ये इतिहास किंवा तत्त्वज्ञान किंवा रूपक यांचा वापर करा असा याच अर्थ आहे.

HPM हे तुमची स्मृती, अनुभव व मते यांद्वारे तुमचा प्रतिसाद देते, या प्रकरणातील इतर संक्षिप्त शब्दांपेक्षा हे थोडे वेगळे आहे. हे तुमच्या आतून येते व वैयित्तक असते तर इतर संक्षिप्त शब्द हे बाह्य गोष्टी व त्या वेळी काय स्थिती आहे यावर अवलंबून असतात.

इतिहास म्हणजे एखाद्या विषयावरील तुमचा वैयक्तिक अनुभव सांगून उत्तर द्या. उदाहरणार्थ, जर कोणी स्कीईंगबद्दल गोष्ट सांगितली, तर तुमच्या उत्तरात पुढील गोष्टी याव्यात अशी ही सूचना आहे :

- मी गेल्या खेपेस स्कीईंगला गेलो होतो त्याची आता मला आठवण येत आहे...

- अगदी लहान असताना मी स्कीईंग केले त्याचप्रमाणे ही गोष्ट आहे.
- काय योगायोग आहे, माझ्या आईची मैत्रीण गेल्या आठवड्यात स्कीईंगला गेली होती व तिने खूप धमाल केली.

याच्या उलट तत्त्वज्ञान म्हणजे एखाद्या विशिष्ट विषयावर तुमची वैयक्तिक भूमिका, तुम्हाला काय वाटते त्यावर तुमचे मत. उदाहरणार्थ, जर तीच उत्कंठापूर्वक गोष्ट कोणी सांगितली तर तुमचे उत्तर असे असेल :

- मला स्कीईंग नेहमीच आवडते कारण...
- असे झाल्यानंतर स्कीइंगविषयी मला तिरस्कार आहे...
- स्कीईंगमध्ये किती मजा येते! हा माझा आवडता छंद आहे...
- स्कीईंगबद्दल मला काय वाटते ते सांगता येणार नाही. एका बाजूस...

दुसरीकडे रूपक म्हणजे संभाषणातील विषय तुम्हाला कशाची आठवण करून देतो त्याबद्दल. स्कीइंगची तीच गोष्ट दिवसभरात तिसऱ्यांदा ऐकत असाल तर प्रतिसाद द्यावा असे तुम्हाला वाटणार नाही. हुशारीने या विषयाशी संबंधित किंवा फारसा संबंध नसलेल्या विषयाकडे जाण्याची तुम्हाला ही सूचना आहे असे समजा. एक प्रकारचे उत्तम परिवर्तन तुम्ही करू शकत असाल तर हे उपयोगी पडते.

- त्यावरून मला आठवले...
- ते म्हणजे स्नोबोर्डिंगच्या उलट प्रकार आहे ना?...
- त्यामुळे मला असा विचार करावा लागत आहे...
- ते अगदी... याच्या उलट आहे ना?...

HPM हे तुमच्यावर केंद्रित आहे, तुम्हाला काय वाटते आणि तुमचे अनुभव काय आहेत हे अपेक्षित आहे. येथे दुसऱ्या व्यक्तीचा काही संबंध नाही; पण ज्या विषयावर बोलणे चालू आहे, त्यामुळे तुमची कोणती स्मृती जागृत होते, तुमचे मत काय आहे, तुम्हाला काय वाटते किंवा विषय बदलण्यासाठीची एक संधी हे आहे.

हे अगदी सोपे व अंतर्ज्ञानासारखे वाटते ना? येथे मुद्दा असा आहे की या गोष्टी प्रत्येकाकडे असतातच – प्रत्येकाकडे संभाषणातील विषयांवर वैयक्तिक गोष्टी व अनुभव असतात, प्रत्येकाच्या भूमिका व मते असतात. एखादा विषय दुसऱ्या एखाद्या विषयाशी संबंधित किंवा दुसऱ्या विषयाची आठवण करून देणारा आहे याची कल्पना प्रत्येक जण करू शकतो. फक्त इतकेच आहे की, आपण संभाषण करण्याचा आळस करतो आणि आपल्याला बोलण्यासाठी किती विविध विषय उपलब्ध आहेत याची जाणीव नसते.

**SBR**

दुसरीकडे, SBR हे HPM सारखे आहे पण कदाचित बोलता बोलता झटकन वापरण्यासाठी जास्त सोपे तसेच बहिःस्थ आहे म्हणजे संभाषण चालू ठेवण्यासाठी जे जे आवश्यक आहे, ते तुमच्या समोरच आहे.

SBR हे स्पेसिफिक (विशिष्ट), ब्रॉड (रुंद/मोठे) आणि रिलेटेड (संबंधित) यांचे संक्षप्त रूप आहे. तुमच्यासमोरील कोणत्याही विधानास किंवा प्रश्नास उत्तर देताना यांपैकी कोणतेही एक विधान वापरू शकता.

स्पेसिफिक म्हणजे ज्या विषयाबद्दल तुम्ही बोलत आहात, त्यासंबंधी विशिष्ट असे प्रश्न विचारणे. या प्रकारच्या प्रतिसादामुळे सूक्ष्म अशी सविस्तर माहिती काढून घेऊन संभाषण पुढे नेण्यास मदत होते.

जे बोलले जात आहे, त्याबद्दलची बारीकसारीक माहिती तुम्हाला घ्यायची आहे असे समजा. आपण आधी घेतलेला स्कीईंग हाच विषय घेऊ :

- कशा प्रकारच्या उतारांवर तुम्ही गेला होता?
- बर्फ कसा होता?
- अलीकडे तुम्ही किती वेळा स्कीईंगसाठी गेला होता?

ब्रॉड म्हणजे एखाद्या विषयासंबंधीचे मोठे प्रश्न विचारा. यांच्यामुळे संदर्भ निर्माण होतो व संभाषणात उपविषय आणण्याची मोठी संधी मिळते. यामुळे संभाषण हे मुख्य विषयापासून उपविषयाकडे आणि अगदी नवीन विषयाकडे विनासायास जाते. येथे विषयांची पूर्वपीठिका व रूपरेषा समजून घ्या.

- हे कोठे होते?
- तुम्ही कोणाबरोबर गेलात?
- हे केव्हा होते?
- तेथे तुम्ही वाहन चालवीत गेलात का?

शेवटचा भाग रिलेटेड (संबंधित) म्हणजे संभाषणात जो विषय आहे त्याच्याशी प्रत्यक्ष संबंधित किंवा दुरान्वयाने संबंधित विषयाबद्दल विचारणे. संबंधित याचा एक मोठा फायदा म्हणजे त्या विषयाला स्पर्श करून जाणारे विषयही तुम्ही घेऊ शकता.

- बाहेर होणारी बर्फवृष्टी मला आवडते.
- शनिवार व रविवारी जोडून सहली करणे मला आवडते.
- शक्य तेवढी अधिक शारीरिक हालचाल करणे हे खूप छान असते ना?

SBR धोरणाचे एकत्रित वैशिष्ट्य म्हणजे त्यामुळे प्रामुख्याने संभाषणाच्या विषयांवर लक्ष केंद्रित होते म्हणजे तुम्ही अगदी तोच विषय घेता, त्यामध्ये सखोल जाता व तुमच्या प्रश्नांमधून समोरच्या व्यक्तीस तुम्हाला मार्गदर्शन करता येते.

म्हणजे नियमांचा हा संच अगदी सरळ आणि स्पष्ट आहे ना? सूचनावजा कार्ड समोर असल्याप्रमाणे तुम्ही आता कोणत्याही प्रसंगी संभाषणात आणू शकता असे सहा प्रतिसाद तुमच्याकडे आहेत आणि तुम्ही म्हणू शकता 'ओह! हो.. हो... तत्त्वज्ञान, मला त्यासंबंधी असे वाटते...'

आता शेवटचा – EDR यातील शेवटच्या तीन प्रतिसादांसह आता तुमच्याकडे नऊ रूपरेषा आहेत व त्यांच्याद्वारे तुम्ही जवळीक वाढवू शकता, वैयक्तिक बाबी आणू शकता, संभाषण सखोल, जिज्ञासापूर्ण करू शकता नाहीतर तुमचे संभाषण 'अहो तुमचा शनिवार–रविवार कसा गेला?' यावरच सुरुवात होऊन समाप्त झाले असते.

## EDR

साधारणपणे कोणत्याही प्रश्नास उत्तर देण्यासाठी वापरता येणाऱ्या नऊ रूपरेषांपैकी EDR हा शेवटचा भाग आहे. HPM व SDR या दोन्हीच्या मध्ये हा येतो – तुमच्यासमोर काय आहे ते तुम्ही वापरू शकता; पण तुम्ही स्वतःचे विचार व मते यांच्या साहाय्याने बोलला तर ते आणखीन चांगले.

EDR हे Emotion (भावना), Detail (सविस्तर) आणि Restatements (पुन्हा प्रतिपादन करणे) यांचे संक्षिप्त स्वरूप आहे.

E (Emotion) – भावना म्हणजे संभाषणातील एखाद्या विधानास प्रतिसाद देताना तुम्ही दुसऱ्या कोणाच्या तरी भावना किंवा भावनांची स्थिती सांगा.

ज्याच्याशी संभाषण चालू आहे त्याचा प्रतिसाद म्हणून त्याची भावना काय असेल असे तुम्हाला वाटते ते सांगा. उदाहरणार्थ, 'तुम्ही खरोखर या बाबतीत खूप उल्हासित आहात असे दिसते.'

समोरील व्यक्तीच्या भावना काय असतील हे जर पूर्णपणे अवगत नसेल, तर तुम्ही चूक असाल किंवा बरोबर हे जाणून घेण्यासाठी तुम्ही तिची जी भावना गृहीत धरली आहे ती सांगा. तुमचे बरोबर असलेच पाहिजे असे नाही; तुम्ही बरोबर असलात किंवा नसलात तरी समोरील व्यक्ती तुमच्या विधानात दुरुस्ती करेल व त्यांच्या भावना काय आहेत हे आपणहून सांगेल.

'गेल्या आठवड्याच्या शेवटी मी स्कीईंगसाठी गेलो होतो.'

'तुम्ही त्यासंबंधी खूपच उल्हासित दिसता.'

**जर तुमची चूक असेल तर...** 'खरे तर मी उल्हासित नव्हतो. कारण, असे आहे...'

**तुमचे बरोबर असेल तर...** 'अगदी पूर्णपणे उल्हासित होतो. त्या उतारांवर खूप थरार असतो.'

दुसऱ्याच्या भावनांबद्दल मोकळ्या मनाने बोलत असणारा समुपदेशक असल्यासारखे हे आहे असा विचार करा. जेव्हा तुम्ही दुसऱ्याच्या भावनांबद्दल बोलता, तेव्हा त्यांच्याच स्थितीमध्ये असल्यासारखे व त्यांच्या भल्याचा विचार करीत आहात असे दिसता.

तुम्ही दुसऱ्याच्या भावनांबद्दल बोलता, स्वतःच्या नाही त्यामुळे ही पद्धत जास्त परिणामकारक आहे.

इतरांचे लक्ष आपल्यावर केंद्रित असावे हे लोकांना आवडते हे आपण आधी पहिले आहे. तुम्ही त्यांच्याकडे जेवढे जास्त लक्ष द्याल तेवढे ते जास्त बोलण्याची शक्यता आहे. या E मुळे लोकांना

स्वतःवर लक्ष केंद्रित करून घेणे व आपल्या भावना व्यक्त करणे हे तुम्ही शक्य बनवता. अनेकांना हे भावते कारण आपण महत्त्वाचे आहोत असे त्यांना वाटते आणि त्यांना तसे वाटून घेण्याची संधी नेहमी मिळत नाही.

D (Detail) म्हणजे एखाद्यास प्रतिसाद देताना तुम्ही त्यांना सविस्तर माहिती विचारा आणि ती माहिती त्यांना कशी लागू पडते ते विचारा. SBRमधील S प्रमाणेच हे आहे.

तुम्हाला सविस्तर माहितीही मिळते व त्या माहितीचा परिणाम किंवा प्रभाव त्या व्यक्तीवर कसा आहे हेही समजते. उदाहरणार्थ, पत्रकारितेमधील 'पाच परवलीचे W' (who – कोण, what – काय, where – कोठे, when – केव्हा आणि why – का) हे येथे अगदी बरोबर लागू पडतात. या पाच Wमुळे ज्या व्यक्तीबरोबर तुमचे संभाषण चालू आहे त्यांच्यासंबंधीचे वेगवेगळे पैलू तुम्हाला समजतात. सुगावा देणाऱ्या वेगवेगळ्या संकेतांतून गुप्त पद्धतीने गुन्हे शोधून काढणारे तुम्ही आहात असा विचार करा.

उदाहरणार्थ, 'असे करणे तुम्ही केव्हा चालू केले? त्याच्यामुळे तुम्हाला काय वाटले?' इत्यादी.. इत्यादी...

R (Restatements – पुन्हा प्रतिपादन करणे) म्हणजे समोरील व्यक्तीने जे सांगितले त्याचा सारांश त्यांनाच सांगणे.

ही पद्धत खूप परिणामकारक आहे. कारण, यामुळे समोरील व्यक्तीकडे तुम्ही लक्ष देत आहात हे त्यांना अगदी सप्ष्टपणे जाणवते. त्यांना काय सांगायचे आहे तेही ते सांगू शकत नाहीत एवढे लक्ष तुम्ही त्यांच्याकडे देत आहात.

आपण महत्त्वाचे आहोत ही भावना लोकांना आवडते. ते काय सांगत होते ते तुम्ही पूर्ण लक्ष देऊन ऐकत होता हे त्यांना स्पष्ट करणे

व त्याशिवाय ते काय म्हणत आहेत हे तुम्हाला समजले आहे याची तुम्ही खात्री करून घेत आहात यापेक्षा चांगला मार्ग त्यांची प्रशंसा तुम्ही करीत आहात हे दर्शविण्यासाठी नाही.

ते काय म्हणत आहेत हे तुम्ही पुन्हा सांगता तेव्हा तुम्ही त्यांचे म्हणणे योग्य आहे हे दोन वेळा सांगत असता. त्यांच्या म्हणण्याचा सारांश सांगणे म्हणजे ते काय म्हणत आहेत ते योग्य आहे हे प्रथम सांगितले जाते. ते काय सांगत आहेत हे तुम्ही ऐकत होता हे त्यांना समजते. त्याशिवाय त्यांचे म्हणणे तुम्हाला बरोबर समजले की नाही याची तुम्ही त्यांच्याकडून खात्री करून घेण्याची परवानगी घेता. यामुळे समोरील व्यक्ती अत्यंत सुखावते व आपल्या म्हणण्यास दुजोरा मिळाला आहे असे त्यांना वाटते.

'गेल्या आठवड्याच्या शेवटी मी पर्वतांवर स्कीईंगसाठी गेलो होतो.'

'म्हणजे गेल्या आठवड्याच्या शेवटी तुम्ही *पर्वतांवर* स्कीईंगसाठी गेला होता?'

'म्हणजे गेल्या आठवड्याच्या शेवटी पर्वतांवर *स्कीईंगसाठी* गेला होता?'

'म्हणजे गेल्या *आठवड्याच्या शेवटी* स्कीईंगसाठी तुम्ही पर्वतांवर गेला होता?'

यामुळे तुम्ही अधिक काही न बोलताही त्यांना आपल्या विधानावर सविस्तर माहिती देण्याची चालना मिळते. त्यांनी जे सांगितले अगदी तेच तुम्ही फक्त एखाद्या शब्दांवर थोडा भर देऊन त्यांना सांगितले व तुम्हाला त्यांच्या म्हणण्यातील एखाद्या बाबतीत उत्सुकता आहे व स्पष्टीकरण पाहिजे आहे हे दर्शविले. तुम्ही एवढेच केले. तुमच्या तीनही विधानांमधील प्रत्येक विधानात एक अगदी विशिष्ट खात्री

करून घेणे आहे किंवा प्रश्न आहे; पण तुम्ही अगदी त्यांचेच शब्द वापरीत आहात.

एखाद्या रुग्णाकडून अधिक वैयक्तिक व सखोल माहिती घेण्यासाठी मानसोपचारतज्ज्ञ जसे प्रश्न विचारतो त्याप्रमाणे हे आहे अशी कल्पना करा. याशिवाय याचा वापर करताना तुम्ही लोकांना कोणत्याही विषयावर प्रतिसाद देताना या नऊ प्रकारांचा वापर करू शकाल.

या नऊपैकी तुम्हाला कोणते अगदी सोपे व सहज वाटतात आणि कोणते अवघड वाटतात?

यापूर्वी सांगितल्यानुसार यातील काही प्रतिसाद हे जास्त करून तुमचे विचार व तुमच्या मनात काय घडत आहे त्याबद्दल आहेत व इतर प्रतिसाद हे परिस्थिती आणि तुमच्यासमोर काय आहे यासंबंधी आहेत याकडे काळजीपूर्वक लक्ष द्या. जर तुम्ही खूपच तिरकस बोलला किंवा भरकटला तर तुम्ही वादग्रस्त आत्मपूजक आहात किंवा संभाषणात तुमच्याकडून काही उपयुक्त भर पडत नाही असे वाटेल.

या सर्व नऊ तंत्रांची एक शृंखला तयार करा म्हणजे बोलण्यासाठी तुम्हाला कधीच विषयांची कमतरता भासणार नाही.

## यातून घेण्याजोगे :

- बोलण्यासाठी काही उपलब्ध नाही असे जेव्हा तुम्हाला वाटत असेल तेव्हा संभाषण व विशेषतः छोटेखानी संभाषण तुम्ही अडथळ्याविना कसे चालू ठेवाल? चांगल्या मित्रांबरोबर असतानासुद्धा काही वेळा असे आव्हान येते. अनेक वेळा तुम्ही अडखळता, त्यामुळे आपण अडखळत आहोत असा विचार बळावतो व परस्पर संवादामध्ये दोघांकडून काही भर टाकली जात नाही व त्यातून काही निष्पन्न होत नाही; पण हे तुम्हाला अनेक प्रकारांनी बदलता येईल.

- पहिली गोष्ट म्हणजे एक गतिमानता निर्माण करा. तोच विषय, विचार किंवा भावना यांच्यावरच आपण थांबून राहिलो, तर कंटाळा येईल व सौम्य ताण निर्माण होईल. *त्यातून तुम्ही सुटका का करून घेऊ शकत नाही?* हे खरे आहे की एखाद्या चित्रपटात लोक फक्त संभाषणाच करीत असतील, तर त्यात औत्सुक्य निर्माण करण्यासाठी ते संभाषण *लिखित स्वरूपात असलेलेच बरे.* याच्या उलट, जोसेफ कॅम्पबेल यांच्या नायकाचा प्रवास ही एक उत्तम कथा आहे, त्यामध्ये कोणा एकाच शोध आहे, यश आणि त्यानंतरचे परिवर्तन आहे.

  सुदैवाने परस्पर संवादामध्ये गती निर्माण करण्याचे अनेक मार्ग आहेत; पण गोष्टी पुढे जात राहिल्या पाहिजेत याची जाणीव होणे हा यातील सर्वांत महत्त्वाचा भाग आहे.

- गती निर्माण करणे आवश्यक आहे हे जाणवूनसुद्धा अनेक वेळा आपण तसे करू शकत नाही. काही वेळा आपल्या मनात काहीच विचार येत नाहीत. पुढील दोन-तीन भागांमध्ये खास करून यासंबंधी माहिती आहे - संभाषण चालू असताना तुम्ही झटपट विचार कसा करू शकाल? त्यासाठी सराव आवश्यक आहे. ज्या कोणाला हे सातत्याने जमते त्याला ही कला जन्मजात अवगत नसते. मग तुम्ही सराव कसा कराल? शब्दांशी मुक्त संबंध जोडणे या प्रकारे एखादा शब्द घेऊन त्या अनुषंगाने तुम्हाला आठवणारे शब्द व कल्पना यांचा उल्लेख करून हे जमेल. झटपट प्रतिसाद देण्याचे प्रशिक्षण आपल्या मेंदूस द्या व व जे काही मानसिक अडथळे असतील ते दूर करा, हा यातील महत्त्वाचा भाग आहे. तुम्ही दोन शब्द घेऊन त्यांना जोडणारी एखादी गोष्ट तयार करू शकता किंवा शब्दकोशामधील कोणतेही शब्द घेऊन ते शब्द असतील अशी गोष्ट तयार करा.

- सरतेशेवटी सगळ्याच गोष्टी तुमच्या मनातून निघून गेल्या असतील तर तीन अत्यंत उपयुक्त संक्षिप्त शब्द आहेत त्यांच्या साहाय्याने झटकन प्रतिसाद देता येणार नाही असे संभाषणात कदापीही होणार नाही. हे शब्द आहेत :

  HPM म्हणजे History (इतिहास - त्याविषयासंबंधी तुमचा वैयक्तिक अनुभव), Philosophy (तत्त्वज्ञान - त्या विषयावर तुमचे मत) आणि Metaphor (रूपक - त्या विषयामुळे तुम्हाला कोणता विचार येतो). SBR म्हणजे Specific (विषयासंबंधी अधिक माहिती), Broad (विषयाचा विस्तृत संबंध) आणि Related (संबंधित विषय). EDR मध्ये Emotion (त्या विषयामुळे दुसऱ्याच्या मनात निर्माण होणाऱ्या भावना), Detail (विषयावर सविस्तर माहिती) आणि Restatement (अधिक माहिती समोरील व्यक्तीने द्यावी म्हणून चालना देण्यासाठी त्याच विषयाचे प्रतिपादन करणे).

प्रकरण पाचवे

# सखोल जा, अधिक चांगले व्हा

आतापर्यंत या पुस्तकात आपण, प्रारंभी पडणारी छाप, गोष्टी सांगणे आणि छोटेखानी संभाषण टाळण्यासाठी लोकांना कसे सामोरे जावे हे पाहिले आहे.

एखाद्याशी अधिक चांगल्या पातळीवर जवळीक कशी साधता येईल याकडे आपण थोडे जास्त लक्ष केंद्रित करू. तुम्हाला वाटते तेवढे हे अवघड नाही; पण सध्या तुम्ही लोकांबरोबर जसा परस्परसंवाद साधता त्यामध्ये थोडा बदल करणे आवश्यक आहे. एखाद्याचे मत आपल्याबद्दल चांगले व्हावे यासठी काय करावे याबद्दल जवळ जवळ हे प्रकरण आहे. आधी आपण सहज असलेली पद्धत म्हणजे प्रशंसा करण्याबद्दल बोलू या व नंतरच्या भागात लोकांना समाधान, सुरक्षा व सहजता देणे हे पाहू या. यातील काही गोष्टी अगदी सोप्या किंवा साहजिक वाटतील पण आपल्यापैकी अनेक जण याचा चांगला उपयोग करून घेत नाहीत.

## सर्वांत सोपी युक्ती

एखाद्याचे मत आपल्याबद्दल चांगले होण्याचा सर्वांत सोपा मार्ग म्हणजे पटकन व मुक्तपणे प्रशंसा करणे. स्तुती करण्याची ही पहिली पातळी

आहे ज्यामुळे लोक खुलतात व स्मितहास्य करतात. जर तुम्ही विचार केला, तर असे ध्यानात येईल की, लोकांबद्दल तुमच्या डोक्यात दिवसभर सकारात्मक विचार असतात, त्यामुळे त्यांचा उल्लेख न करण्याचे काही कारण नाही; पण आपल्याला आवडणाऱ्या गोष्टींपेक्षा उपहासात्मक गोष्टींकडे लक्ष देण्याचा आपला कल असतो.

प्रशंसा करण्याच्या दोन पातळ्या आहेत. त्यातील फरक मी दाखवू इच्छितो. पहिली पातळी म्हणजे अगदी सहजसाध्य गोष्टी म्हणजे – तुमचे डोळे छान आहेत हे एखाद्याने अनेक वेळा ऐकलेले असते; पण तरी ते परिणामकारक असते. या अगदी सहज दृष्टीस पडणाऱ्या गोष्टी असतात, सखोल विधाने नाहीत. एखाद्यावर किती परिणाम झाला आहे यावरून या दोन प्रकारच्या प्रशंसामधील फरक तुमच्या लक्षात येईल.

डोळे छान आहेत हे ठीक आहे; पण ते सांगणे थोडे उथळ वाटते. डोळे छान आहेत हे अनेक वेळा ऐकल्यावर त्यामध्ये फारसा रस राहत नाही. जास्त विचारपूर्वक व उथळ नाही, अशी प्रशंसा तुम्ही कशी कराल?

दुसऱ्या पातळीवरील प्रशंसा वरवरची नाही तर सखोल असते. उत्तम परिणाम साधण्यासाठी (सहज दिसणाऱ्या व उथळ गोष्टींशिवाय) दोन गोष्टींची प्रशंसा करा. – १. ज्यावर त्यांचे नियंत्रण आहे आणि २. त्याने जाणीवपूर्वक निवडलेल्या गोष्टी यांची प्रशंसा करा. या दोन गोष्टी बऱ्याच प्रमाणात एकमेकांसाररख्या असतील.

उदाहरणार्थ, आपल्या डोळ्याचा रंग, यावर कोणाचे नियंत्रण नसते, त्यामुळे त्यांची प्रशंसा फार परिणाम साधत नाही. एखाद्याची केशरचना वैशिष्ट्यपूर्ण असेल व तशी करण्यासाठी त्या व्यक्तीने एक तास वेळ खर्च केला असेल, विशिष्ट सवयी, लोक वापरीत असलेले शब्द किंवा वाक्प्रचार, विशिष्ट फॅशन करण्याचे कौशल्य, वैशिष्ट्यपूर्ण विचार इत्यादी.

प्रशंसा करण्यासाठी या गोष्टी जास्त वैयक्तिक व प्रभावी का आहेत? कारण, त्यातून त्या व्यक्तीची विचारप्रक्रिया व व्यक्तिमत्त्व प्रतीत होते. आपली प्रतिमा, आपल्या आवडी व मूल्ये दर्शविण्यासाठी या गोष्टींची निवड ते जाणीवपूर्वक करतात. ते हे इतरांसाठी करीत नाहीत; पण त्यांच्या पसंतीमुळे लोकांनी त्यांची सकारात्मक पारख करावी व कौतुक करावे अशी त्यांची आशा असते. एखादी गोष्ट जेवढी जास्त नीतिनियम झुगारून केली जाते तेवढी सकारात्मक खात्री पटते, त्यामुळे जेव्हा तुम्ही एखाद्याची पसंती व विचार यांची प्रशंसा करता, तेव्हा तुम्ही ते अत्युत्तम प्रकारे प्रमाणित करता. तुम्ही त्यांच्याशी सहमत आहात, ते जे करीत आहेत ते सर्व गुणवत्तापूर्ण आहे व त्यांची पसंती योग्य आहे हे व्यक्त करणारे आहे. डोळ्यांसारख्या ज्या गोष्टींवर त्यांचे नियंत्रण नाही त्याचे कौतुक करणे म्हणजे 'तुम्ही तुमच्या डोळ्यांनी बक्षीस मिळविले आहे' असे म्हणण्यासारखे आहे; पण आता जर ती व्यक्ती बुबुळावर कृत्रिम लेन्स वापरीत असेल, तर त्यांनी डोळ्यांचा रंग बदलण्यासाठी केलेल्या निवडीचे तुम्ही चांगले कौतुक करीत आहात.

ज्याच्याशी तुमचे संभाषण चालू आहे त्याने ज्या गोष्टी विचारपूर्वक निवडल्या आहेत त्यांचे कौतुक करा. एखादा चकचकीत शर्ट, वैशिष्ट्यपूर्ण हॅन्डबॅग, आगळीवेगळी कलात्मक वस्तू किंवा एक पुरातन कार अशा वस्तू त्यात असू शकतील.

या गोष्टी साध्यासुध्या व सर्वसामान्य नाहीत व त्यांच्यामुळे प्रस्थापित पद्धतींपासून दूर जाणे दिसून येते. जर एखाद्याच्या व्यक्तिमत्त्वामध्ये हवाईयन शर्ट वापरणे अंतर्भूत असेल, तर ते तुम्हाला माहीत नसेल. काही उद्देशाने कोणी एखादी वस्तू पसंत केली असेल, तर त्यांचे किंवा त्या वस्तूचे कौतुक करणे म्हणजे स्वतःबद्दल त्यांना जे सांगायचे आहे, त्याची तुम्ही नोंद घेतलीय व त्याची पुष्टी करीत आहात.

लोकांची वैयक्तिक पसंती दर्शविणारे त्यांचे शिष्टाचार, त्यांच्या कल्पना ते कसे मांडतात, जागतिक गोष्टींबद्दल त्यांची मते आणि

त्यांचा दृष्टिकोन अशा इतर गोष्टींबद्दलही तुम्ही त्यांची प्रशंसा करू शकता.

लक्ष वेधून घेण्यासाठी भुकेले असणे हा मनुष्याचा मूलभूत दोष आहे, प्रशंसेमुळे त्याला चालना मिळते. आपण आकर्षणाचे केंद्र असावे व लोकांनी आपल्याकडे लक्ष द्यावे यास आपण पात्र आहोत असे आपल्या सर्वांना वाटते. विशेषतः पुरुषांना रोज फारशी प्रशंसा मिळत नाही.

एक अगदी खरी व मनापासून केली प्रशंसा अवघडल्याशिवाय व गडबडल्याशिवाय कशी स्वीकारावी हे बहुतांश लोकांना कळत नाही. तुम्ही केलेल्या प्रशंसेने लोक गडबडून जातील असा उद्देश ठेवा – त्यांना फारशी प्रशंसा मिळत नाही, त्यामुळे तुमच्या प्रशंसेने ते प्रभावित होतील व तुमचे संबंध अधिक दृढ होतील.

याच अनुषंगाने लोकांच्या वैशिष्ट्यांचीही नोंद घ्या, त्याविषयी बोला व त्याबद्दल आनंद व्यक्त करा. प्रत्येकामध्येच काहीतरी मानसिक, भावनिक किंवा शारीरिक वैशिष्ट्ये असतात आणि त्यामुळेच त्यांचे वेगळेपण असते व वैशिष्ट्यांचे अनंत प्रकार असू शकतात.

ही वैशिष्ट्ये इतरांपासून झाकून ठेवावी अशी त्या लोकांची इच्छा असते असे तुम्हाला वाटेल; पण आश्चर्याची गोष्ट अशी आहे की, जेव्हा ही वैशिष्ट्ये तुमच्या लक्षात येतात आणि तुम्ही त्याबद्दल बोलता व आनंद व्यक्त करता, तेव्हा त्यांना ते खूप आवडते. संभाषणाच्या ओघात त्यांचे शिष्टाचार, अनियंत्रित हालचाली, हावभाव, देहबोली, शब्दसंपदा, विशिष्ट वाक्प्रचार व ते एकावर एक पाय टाकून कसे बसतात अशा अनेक गोष्टी येतील. याशिवाय इतरही अनेक शक्यता आहेत. फक्त तुम्ही एका खास, सकारात्मक व आकर्षक पद्धतीने त्या मांडायच्या आहेत.

बोलताना आपल्याला जाणवत नसताना प्रत्येकाची काही तरी शारीरिक हालचाल असते. जर शारीरिक हालचाल नसेल, तर

जाणून घेण्याची प्रत्येकाची एक वेगळी पद्धत असते व ते आपले दिवसभराचे काम करीत राहतात. काही वेळा काही लोक तोंडातील घास ५० वेळा चावून खातील. काही जण दरवाजाच्या नॉबला हात लावणे टाळतात. रस्त्याच्या बाजूने चालत असताना काही लोक अधेमधे असणाऱ्या फटींवर पाय ठेवणे टाळतात.

अशी हालचाल डास दूर करण्यासाठी किंवा वातावरणातील एखाद्या गोष्टीसाठी नाही; पण ती हालचाल अनेकदा होते हे वैशिष्ट्य ध्यानात आल्यावर त्याकडे लक्ष वेधा! हे तुमचे निरीक्षण आहे व टीका नाही या प्रकारे लक्ष वेधा.

- *ओ हो! बुटाच्या लेस बांधण्याची ही पद्धत मनोरंजक आहे.*
- *त्या बरण्या तुम्ही वेगवेगळ्या नमुन्यांप्रमाणे फिरविता असे दिसते. मला त्यासंबंधी सांगा.*
- *तुमचा डावा हात तुम्हाला जास्त पसंत आहे का? प्रत्येक वेळी आत येताना तुम्ही त्याचा पाच वेळा आवाज करता.*
- *१९८४ ही कथा तुम्ही अलीकडे वाचली का? 'गुडप्लस' हा शब्द तुम्ही अनेकदा वापरला...*

त्यांचे वैशिष्ट्य सांगताना तुमचा स्वर किंवा देहबोली यातून काही मत व्यक्त होत नाही ना याची खात्री करा. तुम्ही त्यांच्यावर टीका करीत नाही. तुम्ही जे सांगता ते नकारात्मक नाही. जे लोकांच्या लक्षात येणार नाही असे त्यांना वाटते, त्यावर तुम्ही फक्त प्रकाश टाकत आहात; पण ते तुमच्या ध्यानात आले आहे. ते पाहिल्यावर तुम्ही त्यांच्याकडे खूप लक्ष दिले आहे हे पाहून आपण कोणी खास आहोत असे त्यांना वाटेल. वरील उदाहरणे पुढे विचारात घेता, काय प्रतिसाद मिळेल असे वाटते? बहुधा, त्यांना आश्चर्याचा सुखद धक्का बसेल व मनमोकळेपणे बोलणे व सविस्तर सांगणे भाग आहे असे त्यांना वाटेल.

पुढील भाग लहानपणापासून शाळेत शिकवला जावा इतका मूलभूत आहे आणि तरीही...

### *दोन कान व एक तोंड*

तुम्ही कोणाशीतरी बोलत असताना, तुमचे बोलणे संपल्याबरोबर त्यांनी तुमच्या बोलण्याकडे पूर्ण दुर्लक्ष केले, त्याची नोंदही घेतली नाही आणि संबंध नसलेल्या अगदी वेगळ्याच विचारावर व विषयावर बोलण्यास सुरुवात केली असे तुमच्या बाबतीत झाले असेल तर हात वर करा. तुम्ही जे म्हणत होता त्यापैकी त्याने एकही शब्द न ऐकल्यासारखे हे आहे आणि कदाचित त्यांनी ऐकलेही नाही.

एखादा नाटकाचा प्रयोग चालू असताना असे घडेल अशी कल्पना तुम्ही करू शकाल का?

पहिला नट : मला आता खाटिकाच्या दुकानात जायचे आहे, चला आपण जाऊयात.

दुसरा नट : हे टेबल खूप आकर्षक आहे. हे जर्मनीमध्ये तयार केले आहे असे तुम्हाला वाटते का?

पहिला नट : अं... आता खाटिकाच्या दुकानासंबंधी...

पहिल्या नटाचा गोंधळ उडेल व तो अवघडेल. प्रामाणिकपणे विचार केला, तर या प्रकारचा संवाद आपल्या बाबतीत अनेक वेळा होतो. आपला उद्देश कितीही चांगला असला, तरी आपल्यासह बहुतांश लोकांचे श्रवण अत्यंत वाईट असते व त्यामुळे आपल्या संबंधांची गुणवत्ता कमी होते. आपल्याला जे म्हणायचे आहे ते लोक बोलतात आणि इतर कोणाच्या आयुष्यापेक्षा त्यांना स्वतःच्याच आयुष्यात जास्त रस असतो. अजाणतेपणी बहुतांश लोकांना काळजी घेणे म्हणजे दुसऱ्याच्या भावनांत सहभागी असणे असे वाटते, श्रवण करणे नाही.

हा सर्वसामान्य मनुष्यस्वभाव आहे; पण ते आपल्यासाठी उत्तम आहे असे नाही. स्वयंशिस्त, इच्छाशक्ती व इतरांवर लक्ष केंद्रित करणे अशा चांगल्या सवयी आपल्या नैसर्गिक वृत्तीच्या विरुद्ध असतात, त्यामुळे या वृत्तीचा त्याग करणे आवश्यक आहे. संभाषण हे दोन्ही बाजूंनी होत असते, त्यामुळे त्यांचे म्हणणे तुमच्यापर्यंत पोहोचण्यासाठी तुम्ही दुसऱ्या व्यक्तीस बोलण्याची संधी देणे आवश्यक आहे. दुर्दैवाने, संभाषण म्हणजे काहीतरी बोलून टाकणे असे अनेकांना वाटते (त्यामध्ये तुम्ही नसावे अशी अशा आहे). एक किंवा दोन प्रकारे असे होते.

आपल्याला काय बोलायचे ते मुद्दे आधीच ठरवून लोक येतात व बोलण्यास सुरू करतात किंवा आपल्याच विश्वात ते एवढे मग्न असतात की, आपल्याबद्दलच त्यांना बोलायचे असते, तुमच्याबद्दल ऐकायचे नसते. दोन्ही बाबतीत, ते बोलण्यास सुरुवात करतात, आपल्याला जे म्हणायचे आहे ते ओकतात व आपलाच आवाज ऐकण्याचा कंटाळा येईपर्यंत थांबत नाहीत.

ऐकणाऱ्याला यामुळे काय वाटेल? लोक मूर्ख नसतात. तुम्ही त्यांच्याशी केव्हा जोडले गेले आहात व त्यांच्या म्हणण्यात तुम्हाला रस आहे हे लोक ओळखतात.

आपल्याला बोलण्याची संधी केव्हा मिळेल यासाठी दुसरी व्यक्ती थांबून आहे व तुम्ही काय म्हणत आहात यामध्ये त्यांना रस नाही असे निश्चित त्यांना वाटेल. तुम्ही काय म्हणत आहात ते ऐकण्याचा त्यांच्या परीने ते उत्तम प्रयत्न करीत आहेत हे त्यांना माहीत असते; पण त्यांचे आयुष्य एवढे आकर्षक आहे की पुन्हा त्या विषयाकडे जाण्यापासून ते थांबू शकत नाहीत.

संभाषणामधून ऐकणाऱ्यांना काही बोध होत नसेल, तर कोणत्यातरी एका क्षणी असे वाटते की, फक्त समोरच्याचे ऐकणे होत आहे व

तुम्ही जे सुचवू पाहत आहात त्याकडे दुर्लक्ष होत आहे हे खूप त्रासदायक होते. नाटकाच्या प्रयोगामध्ये दोन पात्रे एकत्र काम करीत नसतील आणि ते दृश्य विसंगत वाटत असेल. कारण, एका व्यक्तीस दुसऱ्याच्या चमत्कारिक इच्छांकडे लक्ष द्यावे लागेल.

शांत राहणे हे परस्पर दळणवळण साधण्याचे एक परिणामकारक साधन आहे. तुम्हाला वाटते त्यापेक्षा जास्त वेळा त्याचा वापर करा. तुमचे एखाद्याशी संभाषण चालू असताना ती व्यक्ती आनंदाने तुमच्या प्रश्नांची उत्तरे देत असेल; पण तुमची चौकशी करण्यासाठी थांबत नसेल, तर *त्याने* जास्त गप्प राहणे आवश्यक आहे; पण त्याच्या जागी जर *तुम्ही* असाल, तर तुम्ही गप्प राहणे आवश्यक आहे.

संभाषण चालू असताना आपल्याला बोलण्याचा खूप उत्साह असतो त्यामुळे गप्प राहणे अवघड असू शकते. आपण चांगले संभाषण साधत आहोत व आपण तासन्तास बोलत राहावे असे वाटते. ही स्वार्थी कृती आहे व जर कोणी स्वतःवरच लक्ष केंद्रित करून घेत असेल, तर तुम्ही तो विषय पूर्णपणे सोडून द्या. संभाषणाची गाडी दुसरीकडे वळविण्याची तयारी ठेवा व दुसऱ्या कोणच्या तरी कल्पना किंवा विषय यांच्याकडे वळा.

त्यामुळे संभाषणामध्ये पहिली गुरूकिल्ली म्हणजे तुमची पाळी येईपर्यंत थांबू नका. काही लोकांना हे, 'इतराना बोलू द्या, त्यांच्या बोलण्यात व्यत्यय आणू नका' अशा प्रकारचे वाटते; पण ही गोष्ट यापेक्षा जास्त सखोल आहे.

दुसरी वक्ती बोलता असताना तुम्ही मनात काही विचार आणू नका आणि आपण काय प्रतिसाद द्यायचा आहे त्याची जुळवाजुळवही करू नका, असा याचा अर्थ आहे. तुम्ही ऐकत असता तेव्हा फक्त बोलण्याची आपली पाळी येईपर्यंत थांबून राहता व आपण काय म्हणायचे आहे याची तयारी करता. काहीही प्रतिक्रिया न देता ऐकत

राहता व जे बोलले जात आहे त्याला देण्याचा प्रतिसाद तयार करीत असता. समोरील व्यक्ती जेव्हा संभाषणाची गाडी दुसरीकडे वळवू इच्छिते, तेव्हा तसे करण्यास तयार असले पाहिजे म्हणजे तुम्ही उत्तम श्रोते ठरता व दुसऱ्याचा आदर करता.

आपण सलग एवढा वेळ बोलू नये असे जर तुम्हाला वाटत असेल आणि तुम्ही दुसऱ्या व्यक्तीस बोलू देत असाल, तर तुमची पाळी येईपर्यंत फक्त तुम्ही थांबून राहता. तुम्ही संभाषणात सहभागी होत नाही, दुसऱ्याचे एकाच बाजूने होत राहणारे बोलणे ऐकत राहता व दुसरी व्यक्ती संभाषणात भर टाकेल व ऐकेल या आशेवर असता. याहीपेक्षा खराब परिस्थिती म्हणजे याचप्रकारे दुसरी व्यक्ती तुमचे बोलणे ऐकत राहते आणि हे म्हणजे संवादाऐवजी दोन्हीकडून एकतर्फी बोलणे होते.

याहीपेक्षा गंभीर म्हणजे तुमच्याबरोबर संभाषण साधणाऱ्याचा तुमच्याकडून मान ठेवला जात नाही. आपल्याला काय म्हणायचे आहे ते बोलून टाकण्यासाठी आपली पाळी येईपर्यंत तुम्ही थांबता, तेव्हा तुमच्या वागणुकीतून असे वाटते की, समोरील व्यक्तीचे बोलणे ऐकण्यास तुम्ही पुरेसे महत्त्व देत नाही. या सर्वांची आपल्याला जाणीव होत नसते, त्यामुळे संभाषणात आपली काही दुर्भावना आहे असे म्हणणे चुकीचे ठरेल. आपल्या आयुष्यामध्ये आपल्याला सर्वांत जास्त रस असतो, त्यामुळे आपल्याबद्दलच बोलण्यासाठी आपण अति उत्सुक असतो, त्याचप्रमाणे दुसरी व्यक्तीही का असू नये?

पहिल्यांदाच हिमवृष्टी होताना पाहून कुत्र्याच्या छोट्या पिल्लांना जसा आनंद होईल त्याचप्रमाणे तुमचा उत्साह असतो.

श्रवणाची प्रत कमी असल्याचे उदाहरण आपण याआधी पाहिले आहे - खाटिकाची गोष्ट; पण ती गोष्ट गंभीर आहे, कमी प्रतीचे श्रवण असलेल्या बहुतांश गोष्टी अशा नसतात व ही अडचण अनेकदा ध्यानात येत नाही. त्यांना 'परिणामशून्य' असे म्हणता येईल.

परिणामशून्य श्रवण :

बॉब : ते खाटिकाचे दुकान खूप चांगले आहे असे मी ऐकले आहे.

जॉन्सन : वा छान. ते कोठे आहे?

बॉब : येथून चालत दहा मिनिटांच्या अंतरावर आहे.

जॉन्सन : हो ठीक. माझ्या नवीन भाचीबद्दल मी तुला सांगितले का?

बॉब : नाही तू सांगितले नाही. अभिनंदन.

जॉन्सन : ती खूप छान आहे. हे पाहा तिचे काही फोटो.

हे श्रवण कमी प्रतीचे आहे. कारण, आपल्या भाचीबद्दल बोलल्यावाचून जॉन्सन राहू शकत नाही, बॉबला ज्यात रस आहे त्याबद्दल जॉन्सन फक्त किरकोळ प्रतिसाद देत आहे. बॉबचा विचार जॉन्सन पूर्णपणे ऐकून घेत नाही वा त्याला मध्येच थांबवून आपल्या विषयाकडे वळतो. या प्रकारचे कमी प्रतीचे श्रवण दैनंदिन जीवनात आपल्याला जास्त आढळते.

तेच संभाषण आता चांगल्या प्रतीचे श्रवण असे होईल :

बॉब : ते खाटिकाचे दुकान खूप चांगले आहे असे मी ऐकले आहे.

जॉन्सन : वा छान. ते कोठे आहे?

बॉब : येथून चालत दहा मिनिटांच्या अंतरावर आहे.

जॉन्सन : मला समजले. तुला त्या दुकानात जायचे आहे का?

बॉब : होय, मला जायचे आहे. तू माझ्याबरोबर येणार का?

जॉन्सन : नक्की. आपण जाताना वाटेत मी तुम्हाला माझ्या नवीन भाचीचे फोटो दाखवू शकतो.

दोघांनाही येथे त्यांचे विचार मांडता येतात. ज्या संभाषणात शांत राहणे व बोलणे हे एकत्र गुंफले जाते आणि दोन्ही व्यक्तींना सारखेच

महत्त्व मिळते, त्या संभाषणामुळे संबंध सुधारतात व लोकांना एकमेकांबद्दल सकारात्मक भाव वाटतो.

या कृतीचे नाव सहकार्य असे आहे, बोलण्यासाठी आपली पाळी येईपर्यंत थांबणे म्हणजे एक जे समान उद्दिष्ट आहे ते साध्य होण्यास साहाय्य होत नाही – फक्त तुमचे ध्येय साध्य होते.

चांगले श्रवण होण्यासाठी व्यत्यय आणण्यास अजिबात जागा नाही. 'तुम्ही बोलत होता हे मला माहीत आहे; पण मला जे सांगायचे आहे ते आपल्या दोघांसाठी जास्त औत्सुक्यपूर्ण आहे' असा संदेश व्यत्यय आणल्यामुळे दिला जातो किंवा 'मला जे म्हणायचे आहे ते तुमच्या म्हणण्यापेक्षा जास्त महत्त्वाचे आहे.' येथेही हे जाणीवपूर्वक होत नाही; पण इतरांच्या विचारामध्येच जेव्हा आपण आपले विचार मांडतो तेव्हा असे घडते.

ही काही फार मोठी बाब नाही; पण जर तुम्ही व्यत्यय आणत राहिला तर अगदी याच प्रकारचा संदेश दिला जातो. ज्यांच्या बरोबर संभाषण चालू आहे, त्यांना तुमच्या मनात काय चालू आहे हे कळत नाही आणि तुमच्या कृतीतून तुमचे विचार समजत नाहीत, त्यामुळे आपण बाजूला पडलो आहोत असे समोरील व्यक्तीस वाटले, तर त्यांना कोण दोष देणार?

'व्यत्यय' यासंबंधी येथे काही मार्गदर्शक तत्त्वे देत आहे. पहिले तत्त्व म्हणजे इतरांच्या बोलण्यात व्यत्यय आणू नका, इतरांच्या म्हणण्यास पूर्णपणे जोरदार दुजोरा द्यायचा असेल आणि त्यांचे वाक्य तुम्ही पूर्ण करणार असाल तरच व्यत्यय चालेल. दुसरे तत्त्व म्हणजे काही कारणास्तव जर तुम्ही व्यत्यय आणलाच, तर तुमचे बोलणे झाल्याबरोबर लगेच ते काय म्हणत होते हे विचारा व तो विषय त्यांच्यासमोर पुन्हा आणा. आपली चूक कबूल करा व पुन्हा लक्ष त्यांच्यावर केंद्रित होऊ द्या.

तिसरे तत्त्व, स्वतःवर नियंत्रण ठेवण्यासाठी दोन सेकंदांचा नियम पाळा. एखाद्याचे बोलणे संपल्यावर पूर्ण दोन सेकंद थांबा. ते काय म्हणालेत याचा विचार करा आणि त्यांच्या शब्दांचे तुम्ही विश्लेषण करीत आहात असा तुमच्या देहबोलीतून संदेश द्या. नंतर आणि त्यानंतरच, तुमचे उत्तर द्या. यामुळे बोलण्यापूर्वी प्रथम विचार करण्याची सवय लागेल.

लोकांनी बोलत राहावे यासाठी काही वाक्प्रचारांचा उपयोग करण्याची सवय तुम्ही लावून घ्या. फक्त गप्प राहून मान डोलावणे हे नेहमीच पुरेसे नसते. निर्विकारपणे एखाद्याकडे पाहणे म्हणजे लोकांचा संदेश तुमच्यापर्यंत पोहोचला नाही व त्याची पुनरुक्ती करणे आवश्यक आहे असे त्यांना वाटेल. याचा परिणाम त्यांचे म्हणणे ऐकत नसल्यासारखाच आहे.

तुम्ही त्यांच्या संभाषणातील प्रत्येक पायरी मनात समजत नसला तरी ती समजत आहे असे तुम्हाला दर्शवावे लागेल. त्यांच्या प्रत्येक विधानास तुमच्या चेहऱ्यावरील भाव, भुवया, हावभाव व हास्य यांचा वापर करून तुमची प्रतिक्रिया दर्शवा. जेव्हा ते एखाद्या मुद्द्यावर भर देतात, तेव्हा मान डोलावून होकार द्या.

संभाषणात तुम्ही उत्सुक व गुंतलेले आहात हे दर्शवून प्रोत्साहन देण्यासाठी काही उपयुक्त शब्दसमूह असे आहे :

- ओह.. ओह...
- मला समजते.
- ते उत्सुकतेचे आहे.
- मला आणखी सांगा.
- आणि नंतर?
- त्यानंतर काय घडले?
- त्याविषयी काय?

संभाषण म्हणजे लोकांनी आपलेच म्हणणे ऐकावे व आपल्याच अहंकारावर लक्ष केंद्रित असावे, अशा दृष्टीने तुम्ही पाहत असाल, तर ज्या सर्वांबरोबर तुमचा संवाद होत आहे, त्या सर्वांवर तुम्ही अन्याय करीत आहात. तुमच्या आयुष्यात तुम्हाला जेवढा रस आहे, तेवढा रस प्रत्येकालाच तुमच्या आयुष्याबद्दल नसतो. तुम्ही ऐकत आहात असे जरी तुम्हाला वाटत असले व तुम्ही पुरेसा वेळ गप्प असला तरी अजाणतेपणी तुम्ही तुमच्याच विचारशृंखलेस चिकटून आहात व ते ठामपणे बोलण्यासाठी थांबला आहात.

तुमचे संभाषण सुधारण्यासाठी आणि अधिक चांगला संबंध निर्माण होण्यासाठी तुम्ही जास्त गप्प राहिले पाहिजे. तुम्ही जेव्हा बोलत असता, तेव्हा शिकू शकत नाही, अशी एक जुनी म्हण आहे.

प्रारंभी असे वाटणार नाही; पण प्रत्यक्षात श्रवण करणे हे सर्वांत जास्त तुमच्या हिताचे आहे. कारण, त्यामुळे तुमचा फायदा होतो व काही शिकता येते. यामध्ये दोघेही जिंकतात.

गप्प राहण्याची सोपी शक्ती अजमावण्यासाठी पुढील खेपेस तुम्ही मित्राशी संभाषण करीत असाल, तेव्हा त्याच्यासंबंधीच सर्व बोला. त्याच्या दिवसातील सर्व बारीकसारीक गोष्टी जाणून घ्या. याचा अर्थ तुम्ही गप्प राहणे, त्याचे ऐकणे, त्यानुसार प्रतिसाद देणे व आणखी खोलात जाणारे प्रश्न विचारणे. योग्य प्रतिसाद देत शक्यतो कमी बोला व त्याला पाहिजे त्या दिशेने संभाषण जाऊ द्या. ते संभाषण शक्य तेवढे असंतुलित करा.

त्याच्या बोलण्यात व्यत्यय आणू नका आणि खुशामत करून शक्य तेवढ्या गोष्टी त्यांच्याकडून काढून घ्या. स्वतःबद्दल बोलण्यासाठी ते किती तयार असतात ते पाहा.

तुमच्यासाठी हे सोपे आहे की अवघड? त्यांच्या दिवसाबद्दल सखोल माहिती घेणे आणि त्यांच्यावर लक्ष केंद्रित करणे हे अस्वाभाविक

आहे असे तुम्हाला वाटले का? असे जर तुम्हाला वाटले, तर गप्प राहण्याचा आणखी सराव करणे तुम्हाला आवश्यक आहे!

तसे पाहता, आतापर्यंत श्रवण याविषयी आपण जी बहुतांश चर्चा केली आहे, ती आपल्याकडे लक्ष आकर्षित करून घेणे व मनसोक्त बोलणे ही जी तुमची स्वार्थी वृत्ती आहे ती कशी रोखायची यासंबंधी आहे; पण जर तुमची वृत्ती अशी असेल तर समोरील व्यक्तीची वृत्तीही तशीच असेल. तुमचे संभाषण सुधारण्याचा प्रयत्न करीत असताना थोडे थांबा व स्वार्थी होण्याची संधी *दुसऱ्यास* द्या.

ज्या संभाषणात तुम्ही जास्त काही भाग घेऊ शकला नाहीत, त्याबद्दल काय वाटते याचा विचार करा. तुमचे विचार व्यक्त करू शकला नाहीत म्हणून कदाचित आपल्याकडे दुर्लक्ष झाले, आपल्याला दाबून ठेवण्यात आले व एक नकारात्मक अनुभव होता असे तुम्हाला वाटेल. आता तुम्हालाच बोलण्याची संधी मिळाली व तेथे फक्त ऐकणारा मोठा श्रोतृवर्ग होता अशा स्थितीचा विचार करा. आपले विचार स्पष्टपणे मांडता आले व त्यातील सूक्ष्म गोष्टी सांगता आल्या म्हणून तुम्ही खूश व्हाल. व्यक्त करणे व स्पष्ट करणे यामुळे किती छान वाटते हे तुम्हाला माहीत आहे म्हणून इतरांपासून ती संधी हिरावून घेऊ नका.

लोकांकडे आपण लक्ष देतो व त्यांना महत्त्व देतो असे लोकांना वाटू दे. आपल्याकडे लक्ष केंद्रित आहे याची लोकांना खात्री देण्यापेक्षा त्यांच्यावर लक्ष केंद्रित होऊ देणे हे वेगळे आहे.

*'लोकांना आपल्यामध्ये रस वाटावा याचा दोन वर्षे प्रयत्न करून तुम्हाला जेवढे मित्र मिळतील, त्यापेक्षा दोन महिने त्यांच्यामध्ये रस घेऊन जास्त मित्र मिळतील.'* – डेल कार्नेगी

## अधिक चांगले प्रश्न विचारा

शेवटी सखोल माहिती घेण्याचा जेव्हा प्रसंग असतो, तेव्हा प्रश्नांची सरबत्ती करणे हा एक खात्रीशीर मार्ग आहे.

दुर्दैवाने आपण जे बहुतांश प्रश्न विचारतो त्यांच्यामुळे काही फारसे साध्य होत नाही. सखोल माहिती घेण्यासाठी ते योग्य नाहीत. त्यातील काही प्रश्न आळसात विचारले जातात व त्यांना तशीच आळसात उत्तरे मिळतात, तर इतर काही अगदी गोंधळात टाकणारे व वळणावळणाचे असतात व त्यांचा काही स्पष्ट उद्देश नसतो. त्यातील अनेक प्रश्न लोकांच्या मनात डोकावणारे किंवा त्यांना समजून घेण्याजोगे नसतात.

चांगल्या प्रश्नांमुळे संभाषणात दोन्ही व्यक्तींमध्ये सखोल दळणवळण होते. चांगली रचना केलेल्या प्रश्नांमुळे उत्तर देणाऱ्यास त्यांच्या परिस्थितीबद्दल नवीन पद्धतीने विचार करण्याची चालना मिळते, त्यामुळे त्यांचा विश्वास बळावतो व दळणवळणात ताजेपणा येतो. समाधानाची गोष्ट ही आहे की चांगले प्रश्न विचारण्याचा सराव हे पूर्णपणे तुमच्या क्षमतेमध्ये आहे.

वैयक्तिक प्रश्न जवळकीची भावना निर्माण करतात यासंबंधी आर्थर ॲरन यांचे १९९७मधील संशोधन याबद्दल या पुस्तकात आरंभी आपण चर्चा केली आहे हे आठवा. ते प्रश्न मनाला इजा करणारे नव्हते; पण छोटेखानी संभाषणापेक्षा अधिक होते. ('तुम्हाला प्रसिद्ध होणे आवडेल का आणि कशा पद्धतीने?' 'आपला मृत्यू कसा होईल याबद्दलच्या गुपिताचा तुम्हाला काही अंदाज आहे का?' 'तुमच्या स्मरणातील सर्वांत भयानक गोष्ट कोणती?' 'तुमचे तुमच्या आईबरोबरचे नाते कसे आहे?')

ॲरन यांचे निष्कर्ष अगदी स्पष्ट होते : संभाषणामध्ये सखोल व तीव्रतेने जाण्यामुळे आपल्याला वाटते त्यापेक्षा खूप झटकन

सकारात्मक परिणाम मिळू शकतात. परिणामकारक प्रश्न विचारणे ही काही प्रतिक्षिप्त क्रिया असेल असे नाही किंवा ते प्रश्न संभाषणाच्या ओघात झटकन विचारता येत नाहीत. अधिक माहिती उघड करणारे व सखोल मैत्री व जवळीक निर्माण करणारे प्रश्न विचारण्याची सहा धोरणे आहेत, त्यांच्यामुळे सखोल माहिती घेण्यास व लोकांना समजून घेण्यास साहाय्य होते.

हे प्रश्न नक्कीच छोटेखानी संभाषणासाठी नाहीत.

१. *ज्याचे सविस्तर उत्तर द्यावे लागेल असे प्रश्न विचारा :* ज्या प्रश्नांचे उत्तर हो किंवा नाही असे आहे त्यातून फक्त हो किंवा नाही याशिवाय काहीच निष्पन्न होणार नाही. ज्याचे सविस्तर उत्तर पाहिजे असा सूचनावजा संदेश ज्या प्रश्नामध्ये नसेल त्याचे सविस्तर उत्तर न मिळण्याचीच शक्यता असते.

सविस्तर उत्तर अपेक्षित असलेले प्रश्न चर्चा घडवतात आणि त्यातून आणखी नवीन माहिती समजते जे हो किंवा नाही उत्तर असलेल्या प्रश्नातून घडत नाही. उदाहरणार्थ, *'तुमच्या आईबरोबरच्या नात्यात तुम्ही समाधानी आहात का?'* असे विचारण्याऐवजी 'तुमचे आईबरोबर जसे नाते आहे ते तसे *का* आहे? ते नातेसंबंध *कशामुळे* असे झाले?' असे विचारू शकता.

अशा प्रश्नांमधून कारणे, गोष्टी, भावना व विचारांचे स्वरूप यांचा शोध घेता येतो. अगदी साधीसुधी माहिती किंवा घटना विचारणारे हे प्रश्न नाहीत. ते प्रश्न माहितीचे विश्लेषण आणि घटनेच्या आधीच्या व नंतरच्या प्रतिक्रिया शोधणारे असतात.

२. *गृहीतांसंबंधी माहिती घ्या :* आपले वैयक्तिक अनुभव, ज्ञान, गृहीत गोष्टी यांच्यासह आपण व्यवहार करतो – आपल्याला जे माहिती आहे त्याची जाणीव असते. *दुसऱ्याच्या* समजुती काय आहेत हे जाणून घेण्याचा अंतर्भाव चांगल्या संभाषणामध्ये असतो.

आपल्याला परिचित नसलेल्या विषयांवर जेव्हा समोरील व्यक्ती बोलते, तेव्हा तिला त्याचा अर्थ स्पष्ट करण्यास सांगा. त्यांच्या समजुती व गृहीत गोष्टी या स्थितीत काय आहेत ते विचारा.

योग्य शब्दरचना केलेले प्रश्न विचारले, तर माहितीचा अभाव दूर होतो. 'तुम्ही या निष्कर्षाप्रत कसे पोहोचला?' 'नेहमीपेक्षा ही परिस्थिती कशामुळे वेगळी आहे?' 'ही कल्पना तुम्हाला कशी सुचली?' 'तुम्हाला असे जे वाटते त्यामागे काय गोष्ट आहे?'

समोरील व्यक्ती जे सांगत आहे व तुम्हाला जे माहीत आहे त्यात अंतर असेल, तर त्यांची विधाने कशाच्या आधारावर आहेत याचे स्पष्टीकरण घेण्याची हीच वेळ आहे. आपल्याशिवाय असणाऱ्या जगाची व लोकांची माहिती घेण्यासाठी ही प्राथमिक मानसिकता असणे आवश्यक आहे. शेवटी फक्त तुम्ही ज्या गोष्टी गृहीत धरता व तुमच्या समजुतीच योग्य आहेत असे तुम्ही मानू शकत नाही – काही अंशी प्रत्येकाच्याच काही गृहीत गोष्टी असतात.

मग तुम्हाला माहीत नाही ते काय आहे?

३. *गोष्टीची सर्व बाजूंनी माहिती घ्या :* आयुष्यातील खूप थोड्या परिस्थितींमध्ये क्लिष्टता नाही असे होते. त्या पूर्णपणे निश्चित केलेल्या किंवा काळा व पांढरा रंग जसे स्पष्ट असतात तशा स्पष्ट नसतात. स्वतःच्या विशिष्ट दृष्टिकोनाबद्दल एखाद्याला जे वाटते ते कितीही दृढ असले तरी कोणत्याही गोष्टीस एकापेक्षा जास्त बाजू असतात. एखाद्या विषयाबद्दल शक्य तेवढी माहिती मिळविल्यानंतर एखादी घटना, प्रश्न किंवा परिस्थितीचे पूर्ण स्वरूप याबद्दल सखोल समजून घेता येते.

आपल्याला धमकीवजा किंवा अपमानकारक वाटतील अशी मते किंवा समजुती यांना बंदी न घालण्यासारखे आहे आणि आजकाल असे करणे खूप अवघड आहे; परंतु जबाबदारीने विचारलेल्या

प्रश्नामुळे गोष्टीच्या मोठ्या संदर्भासह चित्र पूर्ण होते व आपल्या मर्यादित दृष्टिकोनापेक्षा गोष्टी चांगल्या समजण्यास मदत होईल. 'या परिस्थितीसंबंधी एखादा वेगळा दृष्टिकोन आहे का?' 'तुमच्याशी सहमत न होणारी व्यक्ती जे सांगेल त्यापैकी काही गोष्टी काय आहेत?' 'दुसऱ्या कोणी हेच वेगळ्या पद्धतीने केले तर काय होईल?'

सर्वसाधारणपणे, संपूर्ण माहिती घेऊन तुम्ही काही गृहीत धरण्यासाठी एखाद्या विषयावर अगदी सर्व माहिती मिळाली आहे अशा समाधानात राहू नका.

*४. पाठपुरावा करणारे प्रश्न विचारा :* जेव्हा आपण एखाद्याशी जवळीक साधण्याचा प्रयत्न करतो, तेव्हा आपण जे प्रश्न विचारतो त्यापैकी अनेक प्रश्नांची उत्तरे सोपी नसतात. आपण जर ते लिहायचे ठरविले, तर प्रश्नामध्ये दोन किंवा तीन भाग आहेत व त्यांचा विस्तार करण्यास अद्याप जागा आहे असे ते असतील.

जेव्हा वैयक्तिक परस्पर संबंध असतो, तेव्हा सखोल माहिती आपण घेऊ शकतो व पाठपुरावा करणारे प्रश्न विचारून आपले लक्ष केंद्रित करणे किती सामर्थ्यवान आहे हे दाखवू शकतो; परंतु समोरील व्यक्तीच्या उत्तरानंतर ते प्रश्न लगेच येऊ नयेत. एक लेखक (मी) असे सुचवितो की, तुम्ही काहीही भाष्य न करता एकापाठोपाठ किती प्रश्न विचारू शकता ते पाहा म्हणजे समोरील व्यक्तीस त्यांच्या प्रतिसादावर अधिक माहिती सांगता येईल व तुम्ही आणखी सखोल माहिती घेऊ शकाल.

पाठपुरावा करणारे प्रश्न विचारत असताना एखाद्या वृत्तपत्रकारासारखे किंवा चौकशी करणाऱ्यासारखे भासू *नका.* त्याऐवजी त्यांच्या प्रतिसादाच्या आधी जी चर्चा झाली आहे तिच्याशी संबंध जोडा.

'संगणकाचे तंत्रज्ञान पूर्णपणे समजत नाही असे जे तुम्ही आताच म्हणालात त्यावरून मला आठवते की, शाळेमध्ये तुमची प्रगती

फारशी नव्हती. या दोन्हींचा काही संबंध आहे का हा?' 'तो संबंध तुटल्यामुळे तुमच्या संबंधविषयक दृष्टिकोनावर कसा परिणाम झाला?'

पाठपुरावा करणाऱ्या चांगल्या प्रश्नांमुळे तुमचे ज्याच्याशी संभाषण चालू आहे, त्यात तुम्ही गुंतलेले आहात असे त्यांना वाटेल - तुम्हाला दोघांनाही जी माहिती पाहिजे आहे ती मिळेपर्यंत थोडा वेळ जाईल; पण दळणवळण साधण्यासाठी खर्च होणारा तो काळ आहे.

५. *मध्यंतरीच्या शांततेत स्वस्थ रहा :* संभाषण चालू असताना मध्येच काही क्षण शांतता पसरते, काहीतरी बोलले जावे अशी उत्कंठा असते; पण दोघांपैकी कोणीच बोलत नाही अशी अवघडलेली शांतता लोकांना खूप भयानक वाटते. आपल्याला किंवा ज्याच्याशी संभाषण चालू आहे त्याला असे दोघांनाही सांगण्यासारखे काही उरले नाही असा गैरसमज या शांततेविषयी होऊ शकतो. काही वेळा ते खरेही असते; पण काही वेळा कोणीतरी तुमचा अंदाज घेण्याचा प्रयत्न करीत असतो व बोलत राहण्यासाठी तुमच्या परवानगीची वाट पाहत असतो.

अशी शांतता दळणवळणास पूरक ठरते - जेव्हा शांततेबद्दल तुम्ही समाधानी आहात व तिचा भंग करण्यासाठी निरर्थक बोलण्याची घाई केली नाही, तर अधिकाधिक बोलण्यासाठी तुम्ही लोकांना प्रोत्साहित कराल. हे शांततेचे क्षण त्यांचेच नवीन विचार निर्माण करतात व संभाषण आणखी सखोल बनवितात असा विचार करा.

६. *संभाषणातील जोडीदारास त्यांच्या अंतर्दृष्टीबद्दल बोलण्यास प्रोत्साहन द्या :* संभाषणातील एकच व्यक्ती अंतर्दृष्टी आणि माहिती देत आहे असा एकतर्फी प्रकार उत्तम प्रकारच्या प्रश्नोत्तरांमध्ये होत नाही. उत्तम गोष्ट म्हणजे जेव्हा *प्रत्येक जण* काही नवीन गोष्टी शिकत असतो ते चांगल्या दळणवळणास उपयुक्त असते.

एका विशिष्ट दृष्टिकोनातून विचारलेल्या प्रश्नांपेक्षा स्वतःबद्दल अधिक माहिती शोधण्यास प्रोत्साहन देणारे प्रश्न अतिशय जास्त

उपयुक्त ठरतात यास अपवाद नाही. 'ॲमेझॉन नदीतून बोट चालविण्याच्या अनुभवातून तुम्ही काय शिकलात? त्यामुळे तुमच्या आयुष्यात कशाची भर पडली असे तुम्हाला वाटते?' किंवा कदाचित 'जर तुमचे वडील अद्याप जिवंत असतील, तर त्यांना तुम्ही काय सांगाल?'

सर्वच प्रश्नांप्रमाणे, ज्या प्रश्नांमध्ये स्वतःबद्दलचा शोध घेण्याचा उद्देश असतो, त्यांचा खूप काळजीपूर्वक विचार करावा लागतो. एखाद्या चौकशी करणाऱ्या अधिकाऱ्याप्रमाणे आपण भासावे असे तुम्हाला कधीच वाटत नाही; पण तुम्ही काहीही प्रयत्न केला नाही तरी तसे भासणे खूप शक्य आहे. विशेषतः परस्पर संबंधांमध्ये माहिती घेणे व साहाय्यभूत होणे यांचे संतुलन राखावे लागते. असे करताना दुसऱ्याच्या भावनांची आपण खूप कदर करीत आहोत असे जर तुम्हाला वाटत असेल तर परस्पर संबंध ही तुमच्या अखत्यारीतील गोष्ट नाही.

सुदैवाने सखोल माहिती घेणे हे 'तुमची सर्वांत विलक्षण कल्पना कोणती व असंस्कृत स्वप्न कोणते' असे अगदी स्पष्ट विचारण्यासारखे नाही. प्रश्न विचारण्याबद्दल आतापर्यंत आपण ज्या तंत्रांविषयी बोललो तीसुद्धा काही वेळा लागू पडत नाहीत किंवा उपयोगी ठरत नाहीत.

ही पायरी खूप महत्त्वाची असली, तर आपला मार्ग खुंटला असे वाटणारा आहे. तात्त्विकदृष्ट्या पाहता तुम्ही एकदा तुमच्या आयुष्यातील महत्त्वाच्या घटना व विषयांबद्दल बोलल्यानंतर स्वतःबद्दल व दुसऱ्याबद्दल अधिक शोध घेण्याजोग्या गोष्टी शिल्लक राहणार नाहीत व मार्ग खुंटतात. शालेय शिक्षण संपताना विद्यार्थ्यांची पार्टी, आईवडिलांचे वादविवाद, कामाच्या ठिकाणचे क्लिष्ट प्रसंग, सर्व कुटुंबाचे एकत्र येणे असे प्रसंग आयुष्यात कमीच असतात. परिस्थिती खूपच बिघडली तर हे चुकीच्या मार्गाने गेलेल्या नोकरीच्या मुलाखतीसमान होईल.

सामान्यपणे आपण स्वतःबद्दल आणि आपले अनुभव यांबद्दल बोलण्यास तयार असतो; पण तुमच्या आयुष्याबाहेरील विषय व गोष्टी यांची चर्चा केल्यास खूप गोष्टींचे अंतरंग समजू शकते. या दृष्टिकोनास डॅनियल मेनाकर हे लेखक 'संभाषण तिसऱ्या गोष्टींकडे वळविणे, मी नाही, ते नाहीत पण इतर काहीतरी' असे सरळसरळ म्हणतात. हे तुमच्या स्वतःबद्दल किंवा दुसऱ्या व्यक्तीबद्दल नाही. कोणत्यातरी बाह्य गोष्टींबद्दल हे बोलणे आहे, दिवसातील बातमी किंवा तुमच्या आसपास किती प्रकारची फर्नची झाडे आहेत असे सोपे विषय असतील. याला उच्च पातळीचे छोटेखानी संभाषण असे म्हणता येईल.

बाह्य गोष्टींबद्दल बोलल्यामुळे इतरांचे विचार व मूल्ये काय आहेत हे समजू शकते. यासाठी एखादी घटना, गोष्ट किंवा परिस्थिती याबद्दल लोकांना काय वाटते किंवा त्यांची प्रतिक्रिया काय आहे हे विचारणे एवढेच आवश्यक आहे.

एखाद्यास तुम्ही सरळ सरळ वैयक्तिक माहिती विचारली, तर त्याचे उत्तर निरस किंवा अपुरे असेल. रोगनिवारणतज्ज्ञाशिवाय अन्य कोणी 'जेव्हा तुम्हाला राग येतो त्याबद्दल सांगा' किंवा 'तुमचा विश्वास कशावर आहे' असे विचारीत आहे अशी कल्पना करा, हे प्रश्न अनपेक्षित वाटतील व त्याशिवाय त्यांना सविस्तर उत्तर मिळण्याची शक्यताही नसेल. मैत्रीच्या किंवा परस्परसंबंधाच्या सुरुवातीच्या काळात काही जणांना अशी चौकशी अनाहूत किंवा नसत्या चौकशा असे वाटेल.

जगामधील गोष्टींबद्दल जेव्हा तुम्ही बोलता तेव्हा प्रत्यक्षात तुम्हाला बाह्य परिस्थितीबद्दलच्या त्यांच्या प्रतिक्रियांवरून तशा प्रश्नांचे उत्तर मिळते. प्रत्यक्षात ते कसे आहेत याबद्दलची कल्पना त्यांची मते व त्यांनी दिलेली माहिती यावरून त्यांना अवघडलेले न वाटता मिळते. तुम्ही जिच्याबरोबर संभाषण करीत आहात, ती व्यक्ती काय

स्वरुपाची आहे याचे संपूर्ण चित्र बाह्य गोष्टींची चर्चा करून मिळते आणि हे विशेष उपयुक्त आहे कारण बोलण्यासाठी विषय अमर्याद आहेत. उदाहरणार्थ, अप्रत्यक्षपणे सखोल माहिती काढून घेत असताना 'तुम्ही बातम्या कोठून मिळविता? बहुतांश वेळा कोणत्या प्रकारचे साहित्य तुम्ही वाचता?' असे विचारा.

हा प्रश्न अगदी निष्कपट वाटेल व तो एखाद्या बाह्य गोष्टीबद्दल आहे. तरीही त्यांचे माहितीचे स्रोत व अभिमत यावरून त्यांचे दृष्टिकोन, आवडीनिवडी, मूल्ये आणि जागतिक दृष्टिकोन याबद्दल तुम्हाला खूप माहिती मिळेल. कोणत्याही राजकीय उद्देशापेक्षा हे खूप उपयुक्त आहे - कोणती माध्यमे ते पसंत करतात यावरून जगाकडे ते कसे पाहू इच्छितात हे तुम्हाला लगेच समजते.

सखोल माहिती मिळविण्यासाठी अगदी सरळ व स्पष्ट प्रश्न विचारले तर लोकांना अवघडल्यासारखे वाटते व ते नाराज होतात, त्याऐवजी बाह्य गोष्टींना त्यांची प्रतिक्रिया काय आहे याच्या मोजमापावरून त्यांचा दृष्टिकोन काय आहे याची सखोल जाणीव होऊ शकते. अनेकदा तुम्हाला अधिक प्रामाणिक उत्तर मिळेल व त्या प्रक्रियेमध्ये तुम्हाला त्यांच्याबद्दल जास्त माहिती मिळेल.

प्रश्न विचारणे : यामुळे फक्त तुम्हीच सर्व वेळ बोलत राहण्याची तुमची जबाबदारी टळते व ज्याच्याबरोबर संभाषण चालू आहे त्याच्यात व तुमच्यात काही सामायिक गोष्टी शोधता येतात आणि तुम्ही त्यांच्याकडे लक्ष देत आहात असे त्यांना वाटते. त्यांची मते व अनुभव तुमच्यासाठी महत्त्वाचे आहेत असे त्यांना वाटते व आपल्याला महत्त्व दिले जात आहे अशी भावना त्यांच्यात निर्माण होते. फक्त प्रश्न विचारा व त्यांच्या उत्तरांकडे पूर्ण लक्ष द्या हेच यातील गुपित आहे.

यातून घेण्याजोगे :

- सखोल जाणे व अधिक चांगले होणे – आपल्या सुखसमाधानासाठी व मानसिक स्वास्थ्यासाठी ज्या प्रकारचे परस्पर संबंध जास्त फायदेशीर आहेत ते आपण कसे प्रस्थापित करू शकतो त्याबद्दलचे हे आहे. आपण एखाद्याच्या मनात आपल्याबद्दल चांगले मत व भावना निर्माण करून त्यांना निःसंकोच कसे करू शकतो आणि एक चांगला स्नेहसंबंध निर्माण करू शकतो?
- एखाद्यास निःसंकोच बनविण्यासाठी सर्वांत उघड दिसणारा मार्ग म्हणजे आरंभीच व वारंवार त्यांची प्रशंसा करणे. प्रशंसा या सर्वसामान्यपणे सकारात्मक असतात; पण काही विशिष्ट प्रशंसा त्यांच्यावर खरोखर प्रभाव टाकतात. त्यांनी विचारपूर्वक ज्याची निवड केली आहे व ज्यातून त्यांची विचारप्रक्रिया प्रदर्शित होते, अशा गोष्टी शोधून काढून त्यासंबंधी लोकांची प्रशंसा करा. फक्त त्यांच्या डोळ्यांची प्रशंसा जी मान्यता देणार नाही ती अशी प्रशंसा साध्य करेल. अशी प्रशंसा केल्यामुळे तुम्ही त्यांच्याशी पूर्णपणे सहमत आहात असे त्यांना अप्रत्यक्षपणे कळविले जाईल व त्यांचे निर्णय अगदी बरोबर आहेत, अशी भावना निर्माण होऊन ते खूप खूश होतील.
- जर आपले बोलणे कोणी पूर्ण लक्ष देऊन ऐकत आहे व आपल्या मनातील खोल दडलेले विचार व्यक्त करू देत आहे असे दिसले, तर काही वेळा तसे करण्याचा उद्देश नसतानाही लोक निःसंकोच बनतात. श्रवण करणे हे एक कौशल्य आहे व लहानपणापासून ते शिकविले गेले पाहिजे; पण तसे होत नाही व आपण सर्वच जण ऐकण्याच्या निरुपयोगी सवयी आत्मसात करतो. नैसर्गिकरीत्याच आपण सर्व जण स्वमग्न असतो, त्यामुळे परस्पर संबंधात दुसऱ्या व्यक्तीस चांगले वाटावे म्हणून

श्रवणकौशल्य जास्तच महत्त्वाचे ठरते. चांगले श्रवण व्हावे यासाठी वेगवेगळ्या पद्धती आहेत; पण ऐकण्याची मानसिकता असणे हे सर्वांत जास्त महत्त्वाचे आहे, हे तुमच्याबद्दल नाही, दुसऱ्या व्यक्तीवर लक्ष केंद्रित करा व त्या व्यक्तीने काही म्हटले तर त्यामागे काही कारण असणार – त्या अनुषंगाने बोला.

- लोकांकडून सखोल माहिती घेण्यासाठी अर्थातच चांगले प्रश्न विचारणे हा मार्ग वापरलेला व खरा आहे. अगदी सोपी गोष्ट म्हणजे आपले बहुतांश प्रश्न खूप उथळ असतात व त्याला तशीच उत्तरे मिळतात. खोलात जाऊन माहिती विचारण्यासाठी येथे काही मार्गदर्शक तत्त्वे देत आहे, त्यामुळे खरी माहिती मिळण्याची पूर्वतयारी होईल : ज्या प्रश्नाचे सविस्तर उत्तर देणे भाग आहे असे प्रश्न विचारा (माहिती विचारू नका, माहितीसंबंधी विश्लेषण व प्रतिक्रिया विचारा), गृहीत गोष्टींच्या पलीकडे जा (तुमच्या विश्लेषणामध्ये काय राहून गेले आहे?), गोष्टीची सर्व बाजूंनी माहिती घ्या (जेवढे जास्त दृष्टिकोन तेवढे चांगले), पाठपुरावा करणारे प्रश्न विचारा (तुमचे विचार मध्येच व्यक्त करू नका), मध्यंतरीच्या शांततेची सवय करून घ्या व खरे तर तिचा वापर करा आणि लोकांना त्यांची अंतर्दृष्टी उघड करण्यास प्रोत्साहन द्या. (त्यामुळे या गोष्टींबद्दल तुमचे मत कसे बदलले?)

प्रकरण सहावे

# आपल्या अंतरंगात डोकावणे

जेफ्रीकडे बोलण्यासाठी नेहमीच खूप काही असते. तो रोज सकाळी वर्तमानपत्र वाचतो व जेव्हा केव्हा मोकळा वेळ असेल, तेव्हा माध्यमांच्या संपर्कात असतो. ज्या वेबसाईटवर गप्पा व अफवा असतात त्या आणि दूरचित्रवाणीवरील मालिका पाहण्याचे तो टाळतो; पण रोज त्याला काही नवीन माहिती शिकण्यास मिळते. कोणताही विषय आला तरी लोकांशी तो विनासायास संभाषण करू शकतो, यात काही आश्चर्य नाही.

याशिवाय चर्चेतील विषयावर तो स्वतःचा दृष्टिकोन व्यक्त करू शकतो. इतर लोक कदाचित त्रोटक शब्दांत उत्तरे देतील व गोष्टीचे अंतरंग किंवा विश्लेषण करू शकणार नाहीत. जेफ्रीशी संभाषण म्हणजे मेजवानी असते व तो नेहमी संभाषणातील विषयाशी परिचित असतो. समजा तसे नसल्यास तो चौकस राहून ते शिकण्यास तयार असतो.

तुम्ही जेफ्री किंवा दुसरी व्यक्ती होऊ शकता. दोघांमध्ये काय फरक आहे? जेफ्री हा उत्तम संभाषणपटू आहे कारण तो विविध मतांवर व दृष्टिकोनावर चर्चा करू शकतो. तो फक्त दिखावा करीत नाही, तर तो खरोखर चौकस आहे. ज्ञान, माहिती व वेगवेगळे दृष्टिकोन जाणून घेण्यासाठी तहानलेला आहे. त्याने जगाची जाणीवपूर्वक भरपूर माहिती घेतली आहे. तो जितकी जास्त माहिती घेत जातो, तितके त्याला आपले ज्ञान अपूर्ण आहे असे वाटते.

अत्यंत अनुभवसंपन्न व बोलण्यासाठी बरेच विषय आहेत अशी व्यक्ती व्हा. थोडक्यात व स्पष्ट सांगायचे म्हणजे तुम्हाला ज्या व्यक्तीची ओळख करून घ्यावी असे वाटते तसे व्हा. जो फक्त दिवसभर दूरचित्रवाणीचे कार्यक्रम पाहतो त्याच्यापेक्षा सक्रिय अशा स्कायडायव्हिंग करणाऱ्या व्यक्तीस तुम्ही पसंती देता. मनोरंजन विषयाबद्दल आपल्याला कोणी काही शिकवू शकेल अशा व्यक्तीस तुम्ही पसंती देता. जी व्यक्ती काही आवडी दर्शविते व अनेक विषयांवर मतप्रदर्शन करू शकते, अशी व्यक्ती तुम्ही पसंत करता. तुम्ही अशी व्यक्ती आहात का?

संभाषणाचा सारांश तयार करीत असताना त्यात विशेष काही नाही अशी तुम्हाला शंका येईल किंवा त्यात काही मनोरंजक विषय नाहीत असे कदाचित तुमच्या ध्यानात येईल. आपले काम व खाणे याशिवाय आपण गेल्या आठवड्यात काहीच केले नाही असे तुम्हाला जाणवू शकेल. इतर लोक जेव्हा त्यांनी पाहिलेल्या नवीन गोष्टींबद्दल सांगत असतात, तेव्हा तेथे बोलण्यासाठी आपल्याकडे अक्षरशः काहीच नाही असे कदाचित वाटेल.

त्यामुळे या प्रकरणाचा पहिला भाग अंतरंगात डोकावण्यावर केंद्रित आहे व ज्याच्याबरोबर चित्ताकर्षक संभाषण टाळता येणार नाही अशी व्यक्ती बनण्याकडे आहे. या पुस्तकात दिलेली सर्व तंत्रे परिणामकारक व उपयुक्त असली तरी, ज्याच्याकडे सांगण्यासारखे व संभाषणात गुंतवून ठेवण्यासारखे खूप काही आहे अशी व्यक्ती तुम्ही असाल, तर यातील काही तंत्रे तुमच्याकडे आहेतच.

## स्वतःचा विकास करा

ज्यांच्याबरोबर संभाषण करावे असे लोक त्यांना हवे असेल त्याचा सक्रियतेने पाठपुरावा करतात. कायम घरात बसणे, आठवड्याचे सर्व

दिवस चोवीस तास काम करणे व नेहमी त्याच गोष्टींबद्दल बोलणे यामुळे तुम्ही मनोरंजक होणार नाही. खरे तर, तुमच्या आयुष्यात काहीच घडत नाही असे इतरांना दिसते आणि कदाचित ते अगदी बरोबर मूल्यांकन असेल. प्रत्येक जणच दैनंदिन जीवनात अनुभव घेत असतो; पण इतरांसमोर त्यांची उजळणी करण्यात त्यांना रस नसतो. तुम्ही सध्या काय करीत आहात असे बहुतांश वेळा जेव्हा लोक विचारतात, तेव्हा 'काम' असे उत्तर त्यांना ऐकायचे नसते.

ते हसतील आणि स्मित करतील; पण संभाषण तेथेच थांबेल कारण तुम्ही आणखी काहीही माहिती दिली तरी ती कंटाळवाणी असेल हे त्यांना माहीत असते; पण अशी कल्पना करा की, 'मी स्कायडायव्हिंगसाठी गेलो होतो, ते एवढे आनंददायक होते, हवेतून १४,००० फूट उंचीवरून खाली पडणे! माझी हवाई छत्री जवळ जवळ उघडलीच नाही; पण अखेर ती उघडली – नशीब!' असे काही वेगळे सांगितले तर संभाषणाची गाडी वेगळ्याच वळणांवर जाईल.

लोकांचे प्रश्न व विधाने काय असतील याची कल्पना करा – पण तुम्ही तुमच्या आवडीची गोष्ट करण्यात पुढाकार घेऊन ती केली हा विशिष्ट मुद्दा येथे आहे, तुम्ही कशाबद्दल तरी प्रौढी मिरवीत आहात असे नाही. हे तुमचे एक चांगले वैशिष्ट्य आहे व त्यामुळे लोकांशी जास्त चांगला संबंध निर्माण होतो व लोकांना तुमच्यामध्ये रस निर्माण होतो. आठवड्याच्या अखेरीस तुम्ही काय केले असे जर कोणी तुम्हाला विचारले व तुमच्या प्रामाणिक उत्तरानंतर त्या प्रकारचे प्रतिसाद लोकांकडून आले म्हणजे तुम्ही योग्य मार्गावर आहात .

कदाचित, विमानातून उडी मारणे हा प्रकार तुमच्यासाठी नाही – तेही ठीक आहे; पण आपल्याला काय छंद आहेत ते शोधा व ते पुरविण्यासाठी पाऊले उचला. त्यानंतर लोकांना तुम्ही नवीन माहिती देऊ शकाल किंवा ज्यांना त्याच छंदात रस आहे असे लोक भेटतील व भविष्यात तुम्ही एकत्रितरीत्या छंदांची देवाणघेवाण कराल.

*तुम्हाला जेवढे अधिक छंद असतील, तेवढा लोकांचा तुमच्यामधील रस वाढेल. जेव्हा तुम्ही असे व्यस्त असता, तेव्हा लोक तुमच्यामध्ये व्यस्त होतील* – अशा प्रकारची म्हण ही केवळ हुशारीची शब्दरचना नाही, तर वस्तुस्थिती आहे. आपल्या आयुष्यात काहीतरी उपयुक्त गोष्टी करणाऱ्या लोकांमध्ये इतर लोक रस घेतात. तुमच्या छंदांपैकीच एक किंवा अनेक छंद असलेली व्यक्ती तुम्हाला भेटण्याची शक्यता आहे. जर तुम्हाला फक्त एकच छंद असेल, तर लवकरच लोकांना तुम्ही कंटाळवाणे वाटाल. कारण, तोच छंद असलेले लोक भेटण्याची शक्यता कमी असते आणि बोलण्यासाठी तुम्ही फार काही पुरवत नाही.

*स्टार वॉर्स* चित्रपटातील कलाकारांच्या छोट्या आकृती जमा करण्याच्या तुमच्या छंदाबद्दलच फक्त तुम्ही बोलता अशी कल्पना करा. दुसरा एखादा असाच क्वचितच सापडणारा अति उत्साही सोडला तर बाकी सर्व लोकांना हा छंद आवडीचा वाटणार नाही आणि त्यांना संभाषणात रस वाटणार नाही. १९७० सालातील या नव्या कोऱ्या बाहुल्या याच विषयावर फक्त तुम्ही बोलता राहता हे समजल्यावर लोकांना तुम्ही कमी आवडाल, त्या विषयावर त्यांची आवड तुमच्याशी कोणत्याच पातळीवर जुळणार नाही व त्यांना जे विषय आवडतात त्यावर तुमच्याशी चर्चा होत नाही असे त्यांना आढळेल.

परंतु जर रंगीत चित्रे काढणे हासुद्धा तुमचा छंद असेल, तर त्यात आनंद घेणारे जास्त लोक तुम्हाला भेटतील व मोठ्या संख्येने लोकांना तुम्ही आवडाल कारण फार कमी लोकांना असेल असा तो एकच छंद तुम्हाला आहे असे नाही. तुमच्याबद्दल उत्सुकता निर्माण होण्याच्या व तुम्ही संभाषण कुशल म्हणून जाणले जाण्याच्या कक्षा विस्तारित होतील.

या सगळ्यातून निष्पन्न होते ते म्हणजे तुमच्या व्यक्तिमत्त्वाचा एकच पैलू नसावा ही कल्पना. माझे एक वरिष्ठ अधिकारी होते. त्यांचा

खेळ हाच एकमेव छंद, उद्देश व अतिशय आवडीचा विषय होता. फक्त तेवढेच. खेळ या व्यतिरिक्त इतर कोणत्याही विषयावर ते अगदी साधे संभाषण करू शकत नसत किंवा जर संभाषण खेळाबद्दल नसेल, तर ते खूप प्रयत्न करून हळूहळू संभाषणाची गाडी खेळ या विषयाकडे आणत.

ज्यांना खेळांची आवड नव्हती किंवा त्यात रस नव्हता ते लोक यामुळे नाराज होत असत. संभाषणात खेळ हा विषय नसेल तर ते सहभागी होऊ शकत नसत त्यामुळे काय बोलावे व कोणाशी बोलावे याबाबतीत त्यांच्यावर मर्यादा येत असत. अनेक लोक त्यामुळे त्रस्त होत व ज्या लोकांना खेळ आवडत असत त्यांनाही माझ्या वरिष्ठांचे टोकाचे वागणे अप्रिय वाटे, त्याचा राग येत असे व ते अस्वस्थ होत, तेव्हा माझ्या वरिष्ठासारखे वागण्याचे टाळा.

नेहमी काहीतरी करण्यात किंवा कोणत्या तरी गोष्टीसाठी काही करण्यात व्यस्त राहण्याचा प्रयत्न करा – तुमच्या कामाशी संबंधित नसेल असा एखादा प्रकल्प हाती घ्या. टीव्ही, मोबाईल व तत्सम माध्यमांकडे पाहण्यात वेळ घालवू नका. एखाद्या गोष्टीचा प्रचंड ध्यास घेण्याची आवश्यकता नाही; पण तुम्हाला कशामध्ये रस आहे याचा शोध घ्या.

तुम्ही आयुष्यात जास्त आनंद मिळवाल, आणखी शिकाल व बोलण्यासाठी तुमच्याकडे खूप जास्त असेल. तुमच्या प्रकल्पाविषयी लोकांना तुमच्याशी बोलायला व प्रश्न विचारायला आवडेल. तुमच्या नवीन प्रयासामुळे तुम्हाला तोच छंद असलेले नवीन मित्र मिळतील व तुमची सामाजिक कक्षा विस्तारेल.

*येस मॅन* या चित्रपटामध्ये जिम कॅरी याच्यावर सर्व बाबतीत 'हो' म्हणण्याची सक्ती केली जाते – अगदी सर्वच. त्याचा परिणाम म्हणजे त्याच्या आयुष्यात परिवर्तन होते आणि त्याला नेहमी आले नसते

असे अविस्मरणीय अनुभव येतात. त्याला आयुष्यात त्याच्यावर प्रेम करणारी व्यक्ती भेटते, तो अनेक साहसे व अशाच अनेक गोष्टी करतो.

तुम्हालाही याच व्यक्तीप्रमाणे होण्याची आवश्यकता आहे आणि कधीही नाही न म्हणता हो म्हणण्याची सवय लावून घेणे गरजेचे आहे.

अति विचार करण्याच्या व नाही म्हणण्याच्या सबबी देणे बंद करा. हो म्हणण्यासाठी काही कारण असणेही आवश्यक नाही, त्यामुळे हो म्हणणे हे तुमच्यासाठी खूप सोपे व आपोआप होईल. अतिविचार करणे नष्ट करण्यासाठी 'का नको?' असा प्रश्न विचारा व नवीन अनुभव घ्या. काय होईल यासंबंधी काही अपेक्षा ठेवू नका. नवीन बाबतीत काय घडेल याची उत्सुकता ठेवा व नवनवीन गोष्टींसाठी मन मोकळे ठेवा.

हे सर्व अनुभव तुमच्या शिदोरीत असतील, तर आपल्या उद्देशानुसार तुम्ही मनोरंजक संभाषणपटू बनत आहात हे लक्षात ठेवा.

## नवीन शिका

माझ्या एका जुन्या नोकरीतील गोष्ट. एक लहान मुलगा माझ्या शेजारी बसला आणि मला म्हणाला, 'हत्तीच्या जघन केसांना काय म्हणतात माहीत आहे का? त्याला डूड म्हणतात.' (मला नंतर हे समजले की, ते अगदी बरोबर होते). एखाद्या नवीन व्यक्तीबरोबर संभाषण किंवा परस्परसंबंध निर्माण होत असताना अगदी असेच घडते. लोकांना आश्चर्याचा धक्का देण्यासाठी तुम्ही काही गोष्टी शिकणे किंवा माहीत असणे आवश्यक आहे असे नाही; पण लोकांनी तुमच्याकडे पाहण्याच्या दृष्टिकोनासाठी ते फायदेशीर आहे, हे नाकारता येत नाही. तुमच्याकडे जेवढी अधिक माहिती असेल, तेवढे बोलण्यासाठी तुमच्याकडे जास्त असते व लोकांशी संपर्क साधण्याचे अधिक मार्ग तुम्हाला उपलब्ध होतात.

याआधीचा मुद्दा हा अधिक काही करण्यासंबंधी होता, आताची कल्पना तुम्ही आणखी माहिती मिळविण्यावर भर देत आहे - आपल्याकडे माहिती यावी यावर अवलंबून राहण्यापेक्षा स्वतः पुढाकार घेऊन माहिती व ज्ञान मिळवण्यावर आहे. बहुश्रुत व्हा. पुस्तके किंवा दिवसभरात फक्त पाच मिनिटे खर्च करून वर्तमानपत्रे वाचा. यातून किती व काय काय शिकायला मिळते याचे तुम्हाला आश्चर्य वाटेल. गोष्टी कशा काम करतात, त्यांचा एकमेकांशी कसा संबंध आहे व वैशिष्ट्यपूर्ण घटना काय आहेत हे स्पष्ट करणे तुम्हाला शक्य झाल्यामुळे इतरांच्या माहितीत भर पडते व तुम्ही अधिक मनोरंजक बनता.

जर सांगण्यासाठी तुमच्याकडे फार काही नसेल, तर तुम्ही अधिक माहिती मिळविणे व तुमच्या दैनंदिन जीवनापेक्षा वेगळा दृष्टिकोन प्राप्त करणे आवश्यक आहे.

बोलण्यासाठी तुमच्याकडे जेवढे जास्त असेल तेवढे चांगले. याचा अर्थ असा नाही की, तुम्हीच संभाषणास प्रारंभ करावा व एकापाठोपाठ पाच-सहा विषयांवर बोलावे; परंतु तुमच्याकडे जेवढे जास्त ज्ञान किंवा माहिती असेल तेवढे तुम्ही ज्याच्याबरोबर संभाषण करीत आहात त्याच्याशी संबंध जुळवू शकाल, गोष्टींकडे डोळसपणे पाहू शकाल.

फक्त एकाच विषयावर सखोल माहिती घेण्यापेक्षा अनेक विषयांची माहिती तुम्हाला असावी असे वाटेल. माहितगार बनण्याची कृती म्हणजे तुम्ही मनोरंजक होणे याहीपेक्षा काही जास्त आहे - यामुळे तुमच्याबरोबरचे संभाषण सोपे होते व ऐकणे आनंददायक होते. तुम्ही इतरांना काही शिकवू शकता, सूचना देऊ शकता, त्यांच्या ज्ञानात भर घालू शकता, मार्गदर्शन करू शकता व मनोरंजक असे काही सांगण्यासाठी तुमच्याकडे नेहमी काहीतरी असते.

आपली मते तयार करा, ती इतरांना सांगा, अगदी इतरांची मते सांगण्यापासून सुरुवात करणे आवश्यक असेल तर तसे करा. लोकांना त्यांच्या दृष्टिकोनांबद्दल चर्चा करायला आवडते. जर तुमचा एखाद्याशी मतभेद असेल तरी संभाषण पुढे होत राहते. काही मत नसेल तर संभाषण थांबते व संपते. एखादे मत म्हणजे तुम्हाला कशात तरी रस आहे हे दर्शविते, तुमच्याकडे असलेल्या माहितीच्या आधारावर तुम्ही काही निर्णय घेतला आहे ते दिसते आणि संपूर्ण जगाचा विचार करण्यात तुम्ही सक्रिय आहात हे समजते. भोजन कोठे करायचे असे विचारल्यावर त्या व्यक्तीकडे उत्तर नसेल, तर ते किती निराशाजनक आहे याचा विचार करा. तुम्ही तशी व्यक्ती होऊ नका.

एक कल्पना करा. तुम्ही Brexit हा विषय काढता व दुसऱ्या व्यक्तीने काही प्रतिसाद द्यावा अशी तुमची अपेक्षा आहे; पण दुसऱ्याकडे सांगण्यासाठी काहीच नाही. आपली खांदे उडवून तो म्हणतो, 'हो, मी त्याबद्दल ऐकले आहे.' तुम्हाला त्याचे मत अपेक्षित आहे; पण ते नसल्याने संभाषण समाप्त होते. त्या विषयावर दुसरे काही बोलण्यासारखे नाही, तो विषय संपला आणि तुम्ही नवीन विषय काढला तर तोही निकालात काढला जाईल म्हणून तुम्ही नवीन विषय काढीत नाही. Brexitबद्दल स्पष्ट मत असलेल्या व्यक्तीबरोबर तुम्ही चर्चा करू शकला, तर त्यामध्ये तुम्हाला खूप रस असेल. एखाद्या विषयावर मत नसणे म्हणजे गोष्टींबद्दल विचारच करीत नाही असे दिसते.

प्रत्येकाकडेच अनुभवांचा प्रचंड साठा नसतो किंवा बातम्या ऐकलेल्या /पाहिलेल्या नसतात; पण नवीन गोष्टींमध्ये उत्सुकता असणे व शिकण्याची इच्छा असणे ही क्षमता प्रत्येकाकडे आहे. तुम्हाला इतर लोकांमध्ये व नवीन गोष्टींमध्ये रस घेण्याची उत्सुकता असेल, तर इतर लोकांना तुमच्याशी बोलावेसे वाटेल, तुम्हाला ते नवीन गोष्टी स्पष्ट करतील व नवीन कल्पना शिकवितील.

बौद्धिक उत्सुकता तुम्हाला आसपासच्या जगाची व विमानाने सोळा तास किंवा त्याहीपेक्षा अधिक अंतरावरील देशांची माहिती घेण्यास भाग पाडते. नवीन भाषा शिकणे, नवीन लोकांना भेटणे व वैशिष्ट्यपूर्ण खाद्यपदार्थांची चव घेणे या सर्वांसाठी तुम्हाला विमानाने दुसऱ्या देशात जाण्याची आवश्यकता नाही. घरीबसल्या तुम्ही तुमच्या माहितीच्या कक्षा विस्तारू शकता आणि अशा प्रकारे अधिक मनोरंजक होता.

जास्त गोष्टी करणे व जास्त माहिती घेणे हा काही रामबाण उपाय नाही हेसुद्धा येथे आत्ताच सांगितले पाहिजे.

तुम्ही जगातील सर्वोत्तम मनोरंजक व्यक्ती असाल; पण संभाषणातील सवयीनुसार योग्य शब्दांचा वापर करत नसाल तर लोक तुमच्यापासून दूर जातील. काही लोकांपासून कितीही फायदा होणार असला तरी ते जर त्रस्त करणारे असतील, तर सर्व दृष्टीने पाहता त्यांच्याशी संबंध न ठेवणे तुमच्या हिताचे आहे, असे तुम्ही दैनंदिन जीवनात खरोखर अनुभवले असेल. मृदू संभाषण करणारी व त्रस्त किंवा हताश न करणारी व्यक्ती तुम्ही संभाषणासाठी पसंत कराल असे म्हणण्यात काही अतिशयोक्ती नाही.

वेगळ्या शब्दांत सांगायचे म्हणजे एखाद्या मनोरंजक पण परस्पर संबंधांमध्ये हताश करणाऱ्या व्यक्तीपेक्षा मृदुभाषी व त्रस्त न करणारे असे जर तुम्ही असाल, तर तुम्ही चांगले संभाषणपटू वाटाल. तुम्ही लोकांना आवडाल व चित्ताकर्षक व्हाल यासाठी संभाषणकौशल्यातील अनेक युक्त्या तुम्ही सुदैवाने शिकलेला आहात. आता तुम्ही हानिकारक सवयी व वर्तणूक दर्शवीत नाही याची खात्री करूया. त्या सवयींमध्ये पुढील गोष्टींचा अंतर्भाव होतो:

## तुम्हाला फक्त एकच मार्ग दिसतो

एखादी गोष्ट करण्याचा एकच बरोबर उपाय तुम्ही विचारात घेता व तुमच्या दृष्टिकोनापेक्षा इतर काहीही चूक आहे असे समजता आणि तुमचा उपाय हाच तुमचा दृष्टिकोन बनतो.

याआधीच्या भागात अधिक मते व विचार विकसित करण्यावर जो विश्वास व्यक्त केला होता, त्याला दिलेला हा मोठा इशारा आहे. आधी जे सांगितले होते ते खरे आहेच; पण आपण व्यक्त होताना इतरांच्या मतांचा व दृष्टिकोनाचा आदर करणे आवश्यक आहे. तुम्ही काही व्यक्त करीत असताना परीक्षक बनू नका, इतरांवर शाब्दिक हल्ला करू नका किंवा त्यांना कमीपणा वाटू देऊ नका हे अत्यंत महत्त्वाचे आहे.

गोष्टी करण्यासाठी एकच मार्ग आहे असे जर तुम्हाला वाटत असेल, बोलताना 'केले पाहिजे' आणि 'अत्यावश्यक' असे शब्द कायम वापरीत असाल व इतर लोक हे 'मूर्ख' व 'अंध' आहेत अशी जर तुमची समजूत असेल, तर तुम्ही निर्णयात्मक आहात. असे असताना तुम्ही जीवनातील परिस्थिती, मते आणि इतरांची पसंती विचारात न घेता झटकन निर्णयाप्रत येता आणि बहुधा प्रत्येक वेळी तो चुकीचा असतो. तुम्ही सहसा सर्वांत वाईट गोष्टी गृहीत धरता. त्या तुमच्या मर्यादित दृष्टिकोनांवर व अनुभवांवर आधारित असतात व आपला हा दृष्टिकोन तुम्ही इतरांवर लादता ('केले पाहिजे' किंवा 'अत्यावश्यक').

निर्णयात्मक असणे वाईट आहे असे नाही. जेव्हा आपला अंतःस्थ निर्णय सावधगिरीने असतो, तेव्हा आपण स्पष्ट निर्णय घेऊ शकतो व संभाव्य धोक्याची परिस्थिती टाळू शकतो. निर्णयात्मक असल्यामुळे आपण सर्जनशील, हुशार, अंतरंग समजण्याच्या क्षमतेचे होतो; पण अनेकांसाठी निर्णयात्मक व शाब्दिक हल्लेखोर या दोन प्रांतांमध्ये

फार थोडे अंतर आहे व अनेक जण अगदी सहज हल्लेखोर प्रांतात जाऊ शकतात. काही थोडे अपवाद वगळता, निर्णयात्मक असणे फारसे उपयोगाचे नाही (सामाजिक संपर्कामध्ये ते नक्कीच हानिकारक आहे). पुढीलपैकी कोणत्या गोष्टी तुम्हाला लागू होतात?

- लोकांमध्ये जे दोष तुम्हाला दिसतात, त्यापलीकडे तुम्ही काही पाहत नाही.
- लोकांमधील सकारात्मक गोष्टी शोधणे तुम्हाला कष्टप्रद आहे.
- तुम्ही आधी निर्णयाप्रत येता आणि नंतर विश्लेषण करता (जर केले तर).
- एखाद्या बाबतीत काही अस्पष्ट आहे असा विचार तुम्ही करीत नाही, एकच उपाय आहे असे समजता, इतर शक्यता विचारात घेत नाही.
- तुमच्या निर्णयापेक्षा वेगळे निर्णय घेणारे लोक तुम्ही सहन करू शकत नाही.

तुम्ही व्यक्त होऊन या गोष्टी केल्या किंवा लोकांची मते व विचार झिडकारून केल्या तरी या प्रकारची वर्तणूक लोकांना दुखावणारी आणि संबंध दुरावणारी असते. आपण इतरांच्या कल्पनांचे स्वागत करतो असे तुम्हाला वाटत असेल; पण जर तुम्ही फक्त टीकाच करीत असाल व निर्णयात्मक असाल, तर कदाचित तुम्ही मोकळ्या मनाचे नाही.

तुम्ही लोकांशी बोलत असताना त्यांनी तुमच्या बाबतीत निर्णयात्मक भूमिका घेऊ नये असे तुम्हाला वाटते, त्याचप्रमाणे तुम्ही निर्णयात्मक आहात असे जर लोकांना वाटले तर ते योग्य प्रतिसाद देत नाहीत. ही सवय मोडणे खूप अवघड आहे. कारण, तुमच्या मतांमुळे लोकांची मने दुखावू शकतात. जेव्हा तुम्ही अशा प्रकारे वागता तेव्हा तुमच्यासमोर आपल्याला व्यक्त होता येत नाही असे लोकांना वाटते.

थोडक्यात सांगायचे म्हणजे तुम्ही अगदी पूर्णपणे जामानिमा केलेले, ओळखपत्र व बिल्ला असलेल्या *'दरवाजा उघडा! ही गोष्ट तुम्ही चुकीची केली आहे!'* असे म्हणणाऱ्या पोलीस बेलिफासारखे भासता. इतर लोक जेव्हा चुकतात तेव्हा हे त्यांना सांगणे आपली जबाबदारी आहे असे बेलीफ पोलीस समजतात व लोकांनाही असेच वाटले पाहिजे याची खात्री करतात.

आपल्याला काय वाटते हे इतरांच्या मनावर ठसविण्यात बेलीफ पोलीस खूप परिणामकारक असतील; पण या वृत्तीमुळे तुमच्याशी बोलणे लोकांना पूर्णपणे अप्रिय वाटेल. आपल्याबद्दल काही निर्णय घेतला जातो आहे, आपल्यावर शाब्दिक हल्ला होत आहे व आपण आपली संरक्षण केले पाहिजे, असे वाटत असणारी कोणती व्यक्ती तुमच्याबरोबर वेळ घालवेल? त्यामुळे लोक तुमच्याकडे यायचे थांबवतील व कालांतराने तुम्हाला पूर्णपणे टाळतील. संथपणे हे एकत्रित होऊन लोकांना तुमच्याबरोबर राहणे अवघड व असमाधानकारक वाटेल आणि तेव्हापासून ते तुम्हाला टाळण्यास सुरुवात करतील. तुम्ही ज्या नकारात्मक गोष्टी सांगत आहात त्यापैकी काही गोष्टींवर ते तुमच्याबरोबर सहमत होतील, अशी थोडीशी शक्यता आहे; पण तरीही त्यांना तुमच्याबरोबर सुरक्षित वाटणार नाही. तुमच्याकडून त्यांचे परीक्षण होत आहे ही भावना टाळण्यासाठी कालांतराने ते तुम्हाला टाळतील.

बेलीफ पोलीस वृत्ती असणे म्हणजे इतर लोकांच्या समजुती किंवा विचार आपल्यापेक्षा वेगळे असल्यामुळे त्यामध्ये दुरुस्ती करणे आवश्यक आहे असे वाटून त्यांच्याशी भांडण्यात खूप वेळ खर्च करण्यासारखे आहे. हे करण्याची किंमत किती मोजावी लागते? आणि सरतेशेवटी त्यामध्ये काही अर्थ आहे का?

चव किंवा पसंती आणि मते यांच्याबाबतीत हे विशेषतः खरे आहे. या गोष्टी पूर्णपणे व्यक्तिनिष्ठ असतात. तुम्हाला जे चांगले दिसते ते

दुसऱ्या कोणाला अगदी कुरूप वाटेल. एखाद्याला चॉकलेट जेवढी आवडतात त्यापेक्षा जास्त आवडावी असे तुम्ही दुसऱ्याला पटवून देऊ शकत नाही किंवा त्या व्यक्तीस गाण्याचा ठेका तिरस्करणीय वाटत असेल, तर त्याचा आनंद घेण्यास पटवून देऊ शकत नाही – असे करणे म्हणजे खरोखर वेळ आणि आपली शक्ती वाया घालविणे आहे – आणि त्याचा दुसऱ्या व्यक्तीस अत्यंत राग येतो.

एखादी व्यक्ती काही गोष्ट चुकीची करत असेल किंवा तिचा विचार चुकीचा असेल, तेव्हा तसे गृहीत धरण्याऐवजी एक क्षणभर मागे व्हा व आपल्याकडे पुरेशी माहिती आहे का याचा विचार करा. एखाद्याचे जे मत असेल ते काही योग्य आधारावर असणार, याचा आदर करा. शेवटी आपले निर्णय आणि विचार मूर्खपणाचे आहेत असे कोणालाच वाटत नाही. या कल्पनेप्रत ते कसे आले आणि त्यांच्याकडे काय माहिती आहे व काय गृहीत आहे असे विचारा.

तुम्हाला काही शिकायला मिळेल. उदाहरण म्हणून अशी कल्पना करा की, आपले मोटार वाहन उभे करण्यासाठी वाहनतळावर तुम्ही एक जागा निवडली आहे व त्यासाठी तुम्ही थांबला आहात; पण तेथे दुसरा कोणीतरी आपली मोटार घेऊन जातो, अशा वेळी तुम्हाला वाटेल की, दुसरा माणूस तुमची फिकीर करीत नाही, उद्धट आहे; पण असे समजा की, तो दुसरा माणूस गाडीतून बाहेत कोसळतो व आपल्याला हृदयविकाराचा झटका येत आहे असे ओरडतो. या परिस्थितीमध्ये तुम्ही आधी जे मत बनविले होते ते थोडेतरी बदलेल का?

इतरांना चमत्कारिक वाटेल अशा काही गोष्टी तुम्ही कदाचित केल्या असतील; पण तुम्ही जे केले त्यासाठी सबळ कारण होते, हे बरोबर आहे ना? हे जे तुमचे गृहीत आहे तसेच सौजन्य इतरांना दाखवा. शंकेचा फायदा लोकांना द्या. त्यांची मते व समजुती यांना काही योग्य आधार आहे असे गृहीत धरा. आयुष्यात त्यांना जे अनुभव आले असतील, त्यामुळे त्यांची स्थिती तुमच्या स्थितीच्या विरुद्ध

आहे. लोकांची जी मते व समजुती असतात त्यासाठी प्रत्येकाची काही कारणे असतात व तुम्ही जसा विचार करता तसाच विचार इतर सर्व करीत नाहीत, हे तुम्ही ओळखा किंवा ओळखू नका.

या मानसिकतेमुळे तुमच्यामध्ये इतरांबद्दल एक साहजिक उत्सुकता निर्माण होईल व निदान आपल्याला काय माहिती नाही हे तुम्ही समजून घेऊ शकाल.

इतर सर्व गोष्टींचा उपयोग नाही असे दिसल्यास प्राप्त झालेल्या परिस्थितीमध्ये प्रत्येक जणच आपल्या परीने उत्तम प्रयत्न करतात, शक्य तेवढ्या हुशारीने वागतात व इतरांशी चांगले वागतात याची जाणीव ठेवण्याचा प्रयत्न करा. लोक त्यांच्या परीने उत्तम काम करत नाहीत किंवा खूप प्रयत्न करीत नाहीत असे जेव्हा आपल्याला वाटते, तेव्हा आपली निर्णयात्मक होण्याची सहजप्रेरणा उफाळून येते. त्याऐवजी प्रत्येक जण आपल्याकडून उत्तम प्रयत्न करत आहे असा दृष्टिकोन आपण घेतला तर परिस्थिती एकदम बदलते.

सारासार विचार करून आपण कोठे झगडा करायचा हे निवडा, ज्या लहानसहान गोष्टी तुम्ही बदलू शकत नाही त्याबद्दल चिडू नका. तुम्ही जास्त आनंदी व्हाल, तणाव कमी होईल व त्याचा सकारात्मक सहसंबंध इतरांबरोबरची तुमची मैत्री व परस्परसंवाद यांच्या गुणवत्तेमध्ये आहे असे तुमच्या ध्यानात येईल.

## यातून घेण्याजोगे :

- छोटेखानी संभाषण कमी त्रासदायक व्हावे व अधिक चांगल्या तऱ्हेने पुढे जावे यासाठी या पुस्तकात जागोजागी अनेक पूर्वसूचना व युक्त्या दिलेल्या आहेत. यांपैकी बहुतेक सर्व दुसऱ्या बाजूवर केंद्रित आहे - दुसऱ्या व्यक्तीवर, परस्परसंवादावर व तुमचे सामाजिक संबंध कसे आणखी चांगले होतील यांवर केंद्रित

आहे. हा अत्यंत महत्त्वाचा भाग आहेच पण या समीकरणाचा एक अत्यावश्यक मुद्दा शेवटी घेतला आहे - आपल्या स्वतःकडे, अंतरंगात पाहणे. इतरांच्या दृष्टिकोनातून तुमच्याशी सहजपणे छोटेखानी संभाषण होईल असे तुम्ही आहात का? इतरांना उल्हासित व उत्सुक बनविणारे तुम्ही आहात का, तुमच्याशी संबध म्हणजे त्यांची शक्ती खर्च होते असे त्यांना वाटते का? इतरांकडून आपण जे घेतो त्याच प्रमाणात आपण त्यांना काही देतो याची आपण खात्री केली पाहिजे.

- आपला विकास साधा म्हणजे लोक तुमच्याकडे येतील. अगदी असेच नाही; पण येथे मुद्दा असा आहे की, स्वतःकडे पहा व आपल्यात मनोरंजक काय आहे हे विचारा. आयुष्यामध्ये तुम्ही खरोखर काय करीत आहात? तुम्हाला भेटावे व तुमच्याशी संवाद साधावा असे लोकांना वाटावे, अशा प्रकारचे तुम्ही आहात का? तसे असाल तर तुमचा संभाषणाचा सारांश उपयोगात आणा. तसे नसाल तर काही गोष्टी करून आपला विकास साधणे आवश्यक आहे. तुम्हाला ज्या गोष्टींमध्ये रस आहे, त्यांचा पाठपुरावा करा, आयुष्यात सक्रिय रहा आणि काही ध्यास किंवा छंद शोधा. करमणुकीसाठी समुद्रात सर्फिंग करणाऱ्या व बुड्या मारणाऱ्या अशा व्यक्तीला भेटायला तुम्हाला आवडेल की, आठवड्याच्या अखेरीस घरी राहून फक्त दूरचित्रवाणीचे कार्यक्रम पाहणाऱ्याला भेटणे आवडेल? *तुमचे छंद जेवढे जास्त असतील तेवढे तुम्ही जास्त मनोरंजक व्हाल, तुम्ही विविध गोष्टींमध्ये जेवढे व्यस्त असाल तेवढे लोकांना संपर्क साधण्याजोगे व्हाल.*
- यानुसारच अधिक शिका, माहिती घ्या, जास्त वाचा, जास्त गोष्टींशी परिचित व्हा व अधिक विचार करा. माहिती तुमच्याकडे येण्याची वाट पाहू नका, पुढाकार घेऊन तुम्हाला ज्यात रस आहे, त्याबद्दल माहिती गोळा करा. बौद्धिक उत्सुकता बाळगा.

वेगवेगळ्या दृष्टिकोनातून विचार करून आपली मते तयार करा व एकंदरीतच जास्त माहितगार व ज्ञानी व्हा. या दोन गोष्टींमुळे तुम्हाला ओघवते संभाषण साधणे सोपे होते, त्यासाठी काही प्रयत्न करावा लागत नाही.

- हे सगळे असताना तुम्ही जगातील उत्तम मनोरंजक व्यक्ती असला आणि जर अत्यंत तिरस्करणीय अशी सामाजिक सवय – निर्णयात्मक वृत्ती तुमच्यात असेल, तर तुमची कोणीच फिकीर करणार नाही. जेव्हा गोष्टींकडे तुम्ही एकाच दृष्टिकोनातून पाहता तेव्हा सर्व लोक तुमच्या मते दोन प्रकारांत मोडतात. एक म्हणजे तुमचा दृष्टिकोन व दुसरा चुकीचा दृष्टिकोन. तुम्ही बेलीफ पोलीस बनता. पैजेवर असे म्हणता येईल की, यामुळे लोक तुमच्यावर रागावतील व हताश होतील आणि काही काळाने हे अशा ठिकाणी पोहोचेल की, लोकांना तुमच्याबरोबर असुरक्षित वाटेल व ते तुम्हाला पूर्णपणे टाळतील. लोकांबद्दल निर्णयात्मक होण्याची जेव्हा इच्छा उत्पन्न होईल, तेव्हा तसे करण्याऐवजी आपल्याकडे योग्य निर्णय घेण्यासाठी पुरेशी माहिती नाही असा दृष्टिकोन ठेवा. इतरांबद्दल अधिक उत्सुक व्हा व आपल्याकडे नसलेली माहिती मिळवा. हे सर्व निरुपयोगी ठरले, तर असे गृहीत धरा की प्रत्येक जण आपल्या परीने उत्तम प्रयत्न करीत असतो.

# सारांश मार्गदर्शक

## प्रकरण पहिले – छोटेखानी संभाषण?

- आपण समाजप्रिय प्राणी आहोत, हे अनेक अभ्यासाअंती सिद्ध झालेले आहे. परस्पर संवाद नसणे हे हानिकारक आहे; पण आपल्या उद्देशासाठी अर्थहीन परस्पर संवाद चांगला नाही. छोटेखानी संभाषणातून वेगाने पुढे जाण्याची क्षमता व कौशल्य प्राप्त करणे तुमच्या आयुष्यातील संबंधांसाठी खूप महत्त्वाचे आहे; परंतु प्रत्यक्ष संभाषणातील डावपेचांबद्दल बोलण्यापूर्वी एखाद्यास भेटणे व अभिवादन करणे यासाठी काही तयारी लागते. सातत्याने उत्तम छोटेखानी संभाषण व परस्पर संवाद होण्याची पूर्वतयारी आपण कशी करू शकतो? हे अनेक प्रकारे करता येईल असे आढळते.
- छोटेखानी संभाषणासाठी तयारी व त्यास चालना देणे या दोन मार्गांनी आपण ते करू शकतो. हे दोन मार्ग म्हणजे शारीरिक व मानसिक हे तुम्ही गृहीत धरले असेल. मानसिक तयारी म्हणजे सामाजिक संपर्क साधायचा आहे व परस्पर संवादामध्ये पुढाकार घेणे हा मूड किंवा मानसिक कल तयार करणे. हे करण्यासाठी 'दहा सेकंदांचा संबंध' या तंत्राचा वापर करा, त्यामुळे थोड्याच वेळासाठी तुम्हाला संभाषणात उडी घेता येते.

अगदी कमी अपेक्षा ठेवून थोडीशी सुरुवात करणे व तेथून पुढे वाढवीत नेणे ही यामागची कल्पना आहे. कालांतराने तुमच्या लक्षात येईल की, हे सोपे व सुरक्षित आहे – तुम्हाला कदाचित हे आनंददायकसुद्धा वाटेल व दहा सेकंदांपलीकडे जावे असे अनेकदा वाटेल.

- शारीरिक तयारी करून पूर्वतयारी करणे म्हणजे सामाजिक संपर्क होण्यापूर्वी मोठ्याने वाचून भावना अतिशयोक्तीने व्यक्त करणे व त्यात बदल करणे. एकच परिच्छेद तीन वेळा मोठ्याने वाचा व आपण कसे भासतो यातील फरक पाहा, तो लगेच तुमच्या ध्यानात येईल. शाळेतील लहान मुलांना ज्याप्रमाणे शिक्षक वाचून दाखवतील त्याप्रमाणे वाचा व सर्व भावभावना आविर्भावातून व आवाजातून व्यक्त करा. संपूर्ण मग्न होऊन व्यक्त व्हा. यामुळे तुमची पूर्वतयारी होईल व आपल्या नेहमीच्या वागण्याबोलण्यात आपली अभिव्यक्ती किती कमी असते याची जाणीव तुम्हाला होईल.
- संभाषणाची पूर्वतयारी करण्याचा आणखी एक मार्ग म्हणजे आपले आयुष्य व सर्व माहिती व्यवस्थित ठेवणे व हे संभाषणाचा सारांश तयार करून साध्य होईल. आपल्या आतापर्यंतच्या आयुष्यातील कोणत्या गोष्टींमुळे आपण मनोरंजक आहोत याचा आढावा घेणे हा उद्देश आहे व संभाषणात वापर करण्यासाठी त्या गोष्टी कायम स्मरणात ठेवा. संभाषणात कोणते विषय आणू शकतो हे अनेकदा आपण विसरतो व विषय न सुचल्यामुळे ताण येतो व संभाषण टाळण्याची भावना तयार होते.
- छोटेखानी संभाषण आपल्याला सर्वांना आवडत नाही; पण त्याचे एक कार्य आहे. एखाद्याची माहिती घेणे हे टप्प्याटप्प्याने होते व आपल्याला पूर्ण माहिती घ्यायची असेल, तर मधल्या पायऱ्या गाळून चालत नाही. असे म्हणता येईल की संभाषणामध्ये चार पायऱ्या आहेत व छोटेखानी संभाषण ही पहिली पायरी आहे,

त्यानंतर माहिती उघड करणे, मते उघड करणे व नंतर भावना उघड करणे. हा क्रम बदलू शकतो; पण छोटेखानी संभाषणाचे कार्य जाणणे महत्त्वाचे आहे.

## प्रकरण दुसरे – प्राथमिक छाप

- एखाद्याबरोबर आपले चांगले जमेल की नाही हे कशावरून ठरते? हे परिस्थितीने घडत नाही, तुम्ही गोष्टी हातात घेऊन मैत्रीपूर्ण व मोकळेपणाचे वातावरण निर्माण केले पाहिजे. बहुतांश लोक इतरांना अपरिचित समजतात व त्यामुळे मित्र होऊ शकत नाहीत, त्यामुळे तसे वागणे आरंभापासूनच बदला, लोकांना तुमच्याबरोबर मोकळेपणा व समाधान वाटू द्या.
- योग्य आरंभ करण्याचा पहिला मार्ग म्हणजे विषय, आवाज व वैयक्तिक गोष्टी यांबाबतीत मित्रासारखे बोलणे. तुम्ही जर अगदी आक्रमक नसाल तर तुम्ही ज्या पद्धतीने आरंभ केला असेल त्यानुसार लोक येतील. एक उपयुक्त प्रकार म्हणजे लोकांना काही अंतरावर ठेवण्यासाठी काही गोष्टी राखून ठेवून एक प्रकारची भिंत निर्माण करण्याऐवजी मित्र ज्याप्रमाणे भावना व्यक्त करतात तसे करणे आणि खूप गंभीर होण्याचे थांबवणे. संभाषण म्हणजे माहितीची देवाण-घेवाण करणे एवढेच असू नये तर फक्त दुसऱ्याची प्रतिक्रिया पाहण्यासाठी काही विधानेही तिथे करता येतील.
- योग्य प्रारंभ करण्यातील आणखी एक बाब म्हणजे साम्य असलेल्या गोष्टी शोधणे आणि साम्य तयार होण्यास संधी देणे. जेव्हा लोकांना साम्य आढळते, तेव्हा ते एकदम मोकळेपणाने बोलतात व त्याचे स्वागत करतात. कारण, त्यामध्ये त्यांना स्वतःचे प्रतिबिंब दिसते. जेथे फक्त चांगली गृहीते व गर्भितार्थ असतात त्यांचा सक्रियतेने शोध घेतला पाहिजे. लोकांच्या

आयुष्याबद्दल सखोल माहिती घेऊन व प्रश्न विचारून, आपल्याबद्दल अधिक माहिती उघड करून आणि त्यांच्यासारखे वागून ज्या समान गोष्टींमध्ये संबंध दिसत नाही त्याही शोधता येतात. याशिवाय दोघांनाही न आवडणाऱ्या गोष्टींकडे दुर्लक्ष करू नका, *नकारात्मक गोष्टींबद्दल बोलणे* हे नकारात्मक नाही.

- शेवटी तुम्ही या सगळ्या टप्प्यानुसार गेलात तरी काही वेळा लोक संभाषणात गुंतण्यास तयार होत नाहीत किंवा स्वतः मोकळेपणाने बोलणे त्यांना जमत नाही. माहिती काढून घेण्याच्या मार्गांनी जाऊन यावर तुम्ही मात करू शकता. यामध्ये तुम्ही असा एखादा विषय काढता किंवा प्रश्न उपस्थित करता की संभाषणात गुंतणे किंवा सविस्तर उत्तर देणे त्यांना भाग पडते. तुम्ही जी गोष्ट मान्य केली आहे तिला प्रतिसाद देण्याची सूचना देणे, दोघांच्या ज्या तक्रारी आहे त्याबद्दल बोलण्यास उद्युक्त करणे, आपल्या भोळेपणात मदत मागणे व तुम्ही जी चुकीची माहिती किंवा गृहीत दिले आहे त्यात दुरुस्ती करण्याची संधी देणे अशा विविध प्रकारे त्यांना बोलते करू शकता.

## प्रकरण तिसरे – चित्ताकर्षक कसे व्हावे ?

- गोष्टींमध्ये लहान मुले जशी गुंग होऊन जातात तसे लोक ऐकत राहतील, अशा पद्धतीने गोष्टी सांगणाऱ्यास चित्ताकर्षक असे म्हणता यईल. गोष्टी सांगणे हा मोठा विषय आहे व तो अवाजवीरीत्या क्लिष्ट करून ठेवला आहे; पण दैनंदिन जीवनात अनेक लहान लहान प्रकारे ही भावना निर्माण करता येईल. लोकांना खिळवून ठेवणे हे अजिबात सोपे नाही; पण ते करण्यासाठी लागणाऱ्या गोष्टी व क्षमता आपल्या सर्वांमध्ये आहे. त्या कोठे आहेत हे जाणून घेणे व त्यांचा मागोवा घेणे आवश्यक आहे.

- दैनंदिन जीवनात गोष्टी सांगणे म्हणजे तुमचे आयुष्य हे अनेक लहान लहान गोष्टींची शृंखला आहे अशी कल्पना करणे - अगदी योग्य वर्णन म्हणजे लहान लहान गोष्टींची शृंखला. एका शब्दात उत्तर देण्याऐवजी तुमचे उत्तर म्हणजे एक मुद्दा असलेली गोष्ट रचण्याची सवय करा. यामुळे संभाषणात जास्त रस निर्माण होतो, आपले व्यक्तिमत्त्व दर्शविण्याची तुम्हाला संधी मिळते व संभाषण अडथळ्याविना चालू राहते. याची तुम्ही पूर्वतयारी करू शकता हा आणखी एक फायदा आहे.
- १:१:१: ही पद्धत म्हणजे शक्य तितक्या सोप्या प्रकारे गोष्टी सांगणे आहे. गोष्टींमध्ये दोनच्या ऐवजी दहा वाक्ये असली तरी त्यामुळे गोष्टीचा प्रभाव जास्त पडेलच असे नाही म्हणून १:१:१: ही पद्धत गोष्ट संपल्यानंतर जी चर्चा होईल किंवा प्रतिसाद मिळेल त्यावर केंद्रित आहे. १. एक क्रिया २. एक भावना निर्माण करणे आणि ३. एका वाक्यात सारांश - फक्त या घटकांमुळे गोष्ट तयार होते. गोष्ट सांगताना वाहवत जाऊ नका व ऐकणारे लोक त्या संभाषणामध्ये पूर्णपणे सहभागी आहेत याची खात्री करा.
- गोष्टीचा कणा किंवा गाभा हाच जवळ जवळ सर्व चित्रपटांचा ठरावीक साचा आहे. दैनंदिन जीवनात गोष्टी सांगताना किंवा संभाषण करताना वापरता येईल, अशी ही एक सोपी रचना आहे. कारण, गोष्टींमध्ये कोणत्या भावना आहेत हे यातून तुम्हाला शिकविले जाते. यामध्ये एक परिस्थती असते, एखाद्या घटनेमुळे काही घडामोडी होतात, त्यांचे परिणाम म्हणून आहे ती परिस्थिती बदलते, एक परमोच्च बिंदू किंवा संकटाचे निराकरण होते व त्यानंतर काय घडते हे या रचनेमध्ये असते.
- परस्परांमधील विनोदावरसुद्धा काही गोष्टी आधारित असतात. याचाच विचार केला तर असे दिसेल की, आपापसामधील

विनोद हा त्या व्यक्तीच्या बाबतीत अनेक वेळा वापरता येतो व तो सकारात्मक भावना उत्पन्न करतो. तोच विषय वेगळ्या संदर्भात उपस्थित करता येतो. अशा रीतीने संभाषणात तुम्हाला एखादी गोष्ट आठवावी लागेल आणि 'आपण... याबद्दल बोललो होतो हे आठवते का?' असे म्हटल्यावर ती गोष्ट तेथे चपखल बसेल. तुम्ही जेवढ्या जास्त वेळा याचा वापर कराल तेवढे तुम्हा दोघांमध्ये जास्त संघटन होईल.

- गोष्टी सांगण्यातील तुमचे कौशल्य वाढविणे महत्त्वाचे आहे; पण इतरांकडून गोष्टी काढून घेण्याबद्दल काय? लोकांनी उत्तराऐवजी गोष्ट सांगावी अशा रीतीने तुम्ही तुमच्या प्रश्नांची रचना करू शकाल, संभाषण सोपे व सर्वांनाच आनंदाचे होण्यासाठी हा सोपा उपाय आहे. लोकांना मनमोकळे करण्यासाठी व बोलते ठेवण्यासाठी विविध मार्ग आहेत. भावना उत्पन्न करण्यासाठी वापरली जाणारी १:१:१: ही पद्धत आठवा. याचा विस्तार करणे म्हणजे '*गाढवाला शेपूट लावणे*' व धोरणात्मकदृष्ट्या लोकांच्या गोष्टींमध्ये भर घालणे.

## प्रकरण चौथे – संभाषण ओघवते व विना अडथळा होऊ द्या

- बोलण्यासाठी काही नाही असे जेव्हा तुम्हाला वाटत असते, तेव्हा संभाषण, विशेषतः छोटेखानी संभाषण तुम्ही अडथळ्याविना कसे चालू ठेवाल? चांगल्या मित्रांबरोबर असतानासुद्धा काही वेळा असे आव्हान येते. संभाषण थांबले आहे अशी भावना अनेक वेळा उत्पन्न होते तेव्हा तुम्ही अगदी हेच करत असता – थांबलेले असता – व दोघांकडून परस्परसंवादामध्ये काहीच भर टाकली जात नसते व निष्पन्न होत नसते. हे बदलण्यासाठी अनेक मार्ग आहेत.

- पहिली गोष्ट म्हणजे संभाषणात गती उत्पन्न करा. तोच विषय, भावना किंवा काय वाटत आहे त्यावर जास्त वेळ थांबून राहिल्यास कंटाळा येईल व किंचित तणाव उत्पन्न होईल. *यातून तुम्ही सुटका का करून घेत नाही?* जेव्हा तुम्ही एखादा चित्रपट पाहत असाल व त्यातील पात्रे सर्वकाळ फक्त बोलतच असतील, तर ते चित्रपटाऐवजी लिखित स्वरूपातले मनोरंजनक जास्त होईल. याच्या उलट जोसेफ कॅम्पबेल याच्या नायकाचा प्रवास म्हणजे एका शोधाची, यशाची व त्यानंतरच्या परिवर्तनाची कथा आहे. सुदैवाने संभाषणात गती उत्पन्न करण्याचे अनेक मार्ग आहेत; पण यातील सर्वांत महत्त्वाचा भाग म्हणजे संभाषणामध्ये गती पाहिजे याची जाणीव होणे.
- गती आणणे आवश्यक आहे हे पूर्णपणे समजूनसुद्धा काही वेळा आपण ती आणण्यास असमर्थ असतो. काही वेळा आपल्या मनात काहीच विचार नसतो. पुढील दोन तीन भाग विशेषतः याबद्दल आहेत – बोलता बोलता झटकन तुम्ही कसा विचार करू शकाल? याचा सराव करावा लागतो. ज्यांना हे सातत्याने जमते ते ही क्षमता जन्मजात घेऊन आलेले नसतात. मग तुम्ही सराव कसा करायचा? संबंधित शब्द शोधून हे करता येईल. एखादा शब्द घ्या व त्यामुळे तुम्हाला कोणते संबंधित शब्द किंवा कल्पना सुचतात ते पाहा. तुम्हाला जे मानसिक अडथळे असतील ते दूर करून आपल्या मेंदूला झटकन प्रतिसाद देण्याची सवय करणे महत्त्वाचे आहे. तुम्ही दोन शब्द घेऊन त्यांना जोडणारी गोष्ट करू शकता किंवा शब्दकोशातून कोणतेही दोन शब्द निवडून त्यांचा अंतर्भाव असलेली गोष्ट तयार करू शकता.
- शेवटी जर सर्वच गोष्टी तुमच्या मनातून निघून गेल्या असतील, तर बोलण्यासाठी काही नाही अशी परिस्थिती उद्भवणारच नाही. अशा वेळी झटकन संभाषणात वापरता येतील असे तीन आश्चर्यकारक पर्वणीचे शब्द आहेत. ते शब्द म्हणजे

HPM, SBR व EDR. HPM म्हणजे History – इतिहास (त्या विषयासंबंधी तुमचे वैयक्तिक अनुभव), Philosophy – तत्त्वज्ञान (संभाषणातील विषयासंबंधी तुमचे मत) व Metaphor – रूपक (त्या विषयामुळे तुमच्या मनात काय विचार येतात); SBR म्हणजे Specific – विशिष्ट माहिती (त्या विषयासंबंधी सविस्तर माहिती), Broad – विस्तृत (त्या विषयासंबंधी अन्य संदर्भ) व Related – संबंधित (त्यासंबंधीचे विषय); EDR म्हणजे Emotion – भावना (त्या विषयामुळे दुसऱ्या व्यक्तीच्या मनात निर्माण होणाऱ्या भावना), Detail – सविस्तर माहिती आणि Restatement – पुनःप्रतिपादन (अधिक माहिती मिळविण्यासाठी त्या विषयाचा पुन्हा उल्लेख करणे).

## प्रकरण पाचवे – सखोल जा, अधिक चांगले व्हा

- सखोल जाणे व अधिक चांगले होणे – आपल्या आनंदासाठी व मानसिक स्वास्थ्यासाठी जे परस्परसंबंध जास्त फायदेशीर आहेत त्यासंबंधी हे प्रकरण आहे. आपण आपल्याबद्दल एखाद्याच्या मनात चांगली भावना निर्माण करून आणि चांगले मत निर्माण करून त्याने मोकळेपणे बोलावे व चांगला संबध प्रस्थापित व्हावा हे कसे करू शकतो?
- आपल्याशी एखाद्याने मोकळेपणे वागावे यासाठी सर्वांत सहज मार्ग म्हणजे सुरुवातीलाच व वारंवार त्याची प्रशंसा करणे. प्रशंसा ही सर्वसाधारणपणे सकारात्मक असते; परंतु काही विशिष्ट प्रशंसा खूप जास्त प्रभाव पाडतात. ज्या गोष्टींची त्यांनी जाणीवपूर्वक निवड केली आहे व ज्यात त्यांची विचारप्रक्रिया आढळते अशा गोष्टी शोधून त्यांची प्रशंसा करा. यामुळे त्यांच्या पसंतीस तुम्ही जशी मान्यता दर्शवीत आहात, तशी

त्यांच्या डोळ्यांची प्रशंसा केल्याने त्यांना हे समाधान अजिबात मिळणार नाही. असे करून तुम्ही त्यांच्याशी पूर्णपणे सहमत आहात हे हुशारीने तुम्ही त्यांना सांगता व त्यामुळे आपण चांगले निर्णय घेतले आहेत याबद्दल त्यांना खूप आनंद होतो.

- जर तुम्ही एखाद्याकडे पूर्ण लक्ष देऊन ऐकत असाल व त्याच्या अंतर्मनातील विचार बोलू देत असाल, तर तसे करण्याचे ठरविले नसतानाही ते मोकळेपणे वागतील. श्रवण करणे हे कौशल्य आहे व ते लहानपणापासूनच शिकविले गेले पाहिजे पण तसे होत नाही, त्यामुळे लोकांमध्ये श्रवण करण्याच्या निरुपयोगी सवयी असल्याचे आपण पाहतो. साधारणपणे आपण सगळेच आत्मकेंद्रित असतो, त्यामुळे परस्परसंबंधांमध्ये इतरांना समाधान वाटावे यासाठी श्रवणकौशल्य अधिकच महत्त्वाचे ठरते. चांगले ऐकण्यासाठी अनेक मार्ग आहेत; पण सर्वांत महत्त्वाचा भाग म्हणजे ऐकण्याची मानसिकता पाहिजे : हे तुमच्याविषयी नाही, दुसऱ्या व्यक्तीवर लक्ष केंद्रित करा व ते जर काही म्हणत असतील त्यासाठी काही कारण असेल तर त्याचा शोध घ्या.

- अर्थातच, लोकांकडून सखोल माहिती घेण्यासाठी वापर केला गेलेला व योग्य मार्ग म्हणजे चांगले प्रश्न विचारणे. अगदी खरी गोष्ट म्हणजे आपण जे बहुतांश प्रश्न विचारतो ते वरवरचे असतात व त्यांना उत्तरेही तशीच मिळतात. चांगली माहिती मिळवणे, योग्य वातावरण निर्माण करणे यासाठी खोलात शिरणारे प्रश्न विचारावे लागतात. त्याची काही मार्गदर्शक तत्त्वे अशी आहेत : ज्या प्रश्नाचे सविस्तर उत्तर देणे आवश्यक आहे असे प्रश्न विचारा (माहिती विचारू नका, माहितीचे विश्लेषण व त्यासंबंधीची प्रतिक्रिया विचारा), गृहीत गोष्टींच्या पलीकडे जा (तुमच्या विश्लेषणामध्ये काय राहून गेले आहे?), गोष्टीची सर्वंकष माहिती घ्या (जेवढ्या जास्त दृष्टिकोनातून पाहाल

तेवढे चांगले), पाठपुरावा करणारे प्रश्न विचारा (मध्येच तुमचे विचार आणू नका), संभाषण थोडा वेळ थांबले तरी त्यात समाधानी राहा व त्याचा वापर करून लोकांच्या मनात आणखी काय आहे ते बोलण्यास उद्युक्त करा. (म्हणजे याविषयी तुमचे मत कसे बदलले?)

## प्रकरण सहावे – आपल्या अंतरंगात डोकावणे

- छोटेखानी संभाषण कमी त्रासदायक व्हावे व ओघवते व्हावे यासाठी या पुस्तकात जागोजागी उपयुक्त सूचना व युक्त्या दिलेल्या आहेत. त्यातील जवळ जवळ सर्वच बाहेरील बाजूस – दुसऱ्या व्यक्तीवर, परस्परसंबंधावर आणि तुमचे सामाजिक परस्परसंबंध कसे सुधारता येतील यांवर केंद्रित होत्या. हा अत्यंत महत्त्वाचा भाग आहेच; पण या समीकरणाचा एक अत्यावश्यक मुद्दा शेवटी घेतला आहे – आपल्या स्वतःकडे, अंतरंगात पाहणे. इतरांच्या दृष्टिकोनातून तुमच्याशी सहजपणे छोटेखानी संभाषण होईल असे तुम्ही आहात का? *इतरांना उल्हासित व उत्सुक बनविणारे तुम्ही आहात का, तुमच्याशी संबध म्हणजे त्यांची शक्ती खर्च होते असे त्यांना वाटते का? इतरांकडून आपण जे घेतो त्याच प्रमाणात आपण त्यांना काही देतो याची आपण खात्री केली पाहिजे.*
- आपला विकास साधल्यावर लोक तुमच्याकडे येतीलच असे नाही; पण येथे मुद्दा असा आहे की, स्वतःकडे पाहा व आपल्यात मनोरंजक काय आहे हे विचारा. आयुष्यामध्ये तुम्ही खरोखर काय करीत आहात? तुम्हाला भेटावे व तुमच्याशी संवाद साधावा असे लोकांना वाटावे, अशा प्रकारचे तुम्ही आहात का? तसे असाल तर तुमचा संभाषणाचा सारांश उपयोगात आणा. तसे नसाल तर काही गोष्टी करून आपला विकास

साधणे आवश्यक आहे. तुम्हाला ज्यामध्ये रस आहे, त्याचा पाठपुरावा करा, आयुष्यात सक्रिय राहा आणि काही ध्यास किंवा छंद शोधा. करमणुकीसाठी समुद्रात सर्फिंग करणाऱ्या व बुड्या मारणाऱ्या व्यक्तीला भेटायला तुम्हाला आवडेल की आठवड्याच्या अखेरीस घरी राहून फक्त दूरचित्रवाणीचे कार्यक्रम पाहणाऱ्याला भेटायला आवडेल? तुमचे छंद जेवढे जास्त असतील तेवढे तुम्ही जास्त मनोरंजक व्हाल, तुम्ही विविध गोष्टींमध्ये जेवढे व्यस्त असाल तेवढे लोकांना संपर्क साधण्याजोगे व्हाल.

- यानुसारच अधिक शिका, माहिती घ्या, जास्त वाचा, जास्त गोष्टींशी परिचित व्हा व अधिक विचार करा. माहिती तुमच्याकडे येण्याची वाट पाहू नका, पुढाकार घेऊन तुम्हाला ज्यात रस आहे त्याबद्दल माहिती गोळा करा. बौद्धिक उत्सुकता बाळगा. वेगवेगळ्या दृष्टिकोनातून विचार करून आपली मते तयार करा व एकंदरीतच जास्त माहितगार व ज्ञानी व्हा. या दोन गोष्टींमुळे तुम्हाला ओघवते संभाषण साधणे सोपे होते, त्यासाठी काही प्रयत्न करावा लागत नाही.
- हे सगळे असताना तुम्ही जगातील उत्तम मनोरंजक व्यक्ती असला आणि जर अत्यंत तिरस्करणीय अशी सामाजिक सवय – निर्णयात्मक वृत्ती – तुमच्यात असेल तर तुमची कोणीच फिकीर करणार नाही. जेव्हा गोष्टींकडे तुम्ही एकाच दृष्टिकोनातून पाहता तेव्हा सर्व लोक तुमच्या मते दोन प्रकारांत मोडतात. एक म्हणजे तुमचा दृष्टिकोन व दुसरा चुकीचा दृष्टिकोन. तुम्ही बेलीफ पोलीस बनता. पैजेवर असे म्हणता येईल की, यामुळे लोक तुमच्यावर रागावतील व हताश होतील व काही काळाने हे अशा ठिकाणी पोहोचेल की लोकांना तुमच्याबरोबर असुरक्षित वाटेल व ते तुम्हाला पूर्णपणे टाळतील. लोकांबद्दल निर्णयात्मक होण्याची जेव्हा इच्छा उत्पन्न होईल,

तेव्हा तसे करण्याऐवजी आपल्याकडे योग्य निर्णय घेण्यासाठी पुरेशी माहिती नाही असा दृष्टिकोन ठेवा. इतरांबद्दल अधिक उत्सुक व्हा व आपल्याकडे नसलेली माहिती मिळवा. हे सर्व निरुपयोगी ठरले तर असे गृहीत धरा की, प्रत्येक जण आपल्या परीने उत्तम प्रयत्न करीत असतो.

# अनुवादक परिचय

डॉ. धनंजय केसकर यांनी आतापर्यंतच्या कार्यकाळात भारतात तसेच परदेशातही कॉर्पोरेट आणि शैक्षणिक क्षेत्रात सर्वोच्च पदावर आपल्या कामाचा ठसा उमटवला आहे. आपल्या कारकिर्दीत भूषविलेल्या पदांमध्ये कंपनीचे पूर्ण वेळ कार्यकारी संचालक, व्यवस्थपकीय संचालक अशी पदे व त्यानंतर पुणे येथे ICFAI Business School चे संचालक व अलीकडील काळात मॉरिशसमधील पदवी प्रदान करणाऱ्या उच्च शिक्षण संस्थेत (AMITY ) कुलगुरू आणि संचालक या पदांचा समावेश आहे. बी.ई. (मेकॅनिकल), एम.बी.एम. (ए आय एम, मनिला), पीएच.डी., जीएएमपी (शांघाय) पूर्ण करून ते उच्च विद्याविभूषित आहेत. ते ऑल इंडिया इन्स्टिट्यूट ऑफ मॅनेजमेंटचे फेलो आहेत आणि प्रमाणित कॉर्पोरेट संचालक आहेत.

ते पुणे स्टॉक एक्स्चेंजचे सेबी नियुक्त गैर-कार्यकारी संचालक व नंतर अध्यक्ष होते. ते ॲडव्हर्टायझिंग स्टँडर्ड्स कौन्सिल ऑफ इंडिया या संस्थेच्या बोर्ड ऑफ गव्हर्नर्सचे अनेक वर्षे सभासद व त्यापैकी एक वर्ष अध्यक्ष होते.

सध्या ते सिंबॉयसिस समूहातील दोन विद्यापीठांच्या बोर्ड ऑफ गव्हर्नर्सचे सभासद आहेत.

ते सक्रिय रोटेरियन आहेत. त्यांनी व्यवस्थापन विषयावर तीन पुस्तके संपादित केली आहेत. EFMD (युरोपियन फाउंडेशन फॉर मॅनेजमेंट डेव्हलपमेंट)साठी अनेक व्यवस्थापन प्रकरणांचे ते लेखक आणि सह-लेखक आहेत.

मराठीमधून इंग्रजीत तसेच इंग्रजीतून मराठीमध्ये त्यांनी अनेक पुस्तकांचे भाषांतर उत्तम रित्या केलेले आहे.

ते सुमारे २२ वर्षे अनिवासी भारतीय स्वरूपात परदेशात कार्यरत होते व आता पुणे येथे स्थायिक आहेत.

संपर्कासाठी dkkeskar@gmail.com येथे संदेश पाठवा.